भारतीय क्रांतिकारी आंदोलनातील एक अनुपम व्यक्तिमत्त्व म्हणजे चंद्रशेखर आझाद होत. भारताच्या स्वातंत्र्यासाठी त्यांचे अन्योन्य देशप्रेम, अदम्य साहस आणि कौतुकास्पद चारित्र्यशक्ती इ. या देशाच्या स्वातंत्र्य रक्षकांना एक आदर्श आणि शाश्वत प्रेरणा देत आले आहे. एका अतिशय गरीब कुटुंबात जन्माला येऊनही त्यांनी देश भक्तीचा जो आदर्श ठेवला आहे, तो कौतुकास्पदच नाही तर स्तुत्यही आहे. आझाद वास्तविक पाहता देशभक्ती, त्याग, आत्मबलिदान इ. सदगुणांचे प्रतिक आहेत.

भारतातील थोर अमर क्रांतिकारक

चंद्रशेखर आझाद

मीना अग्रवाल

डायमंड बुक्स

www.diamondbook.in

© लेखकाधीन

प्रकाशक : डायमंड पॉकेट बुक्स (प्रा.) लि.
X-30, ओखला इंडस्ट्रियल एरिया, फेज-2
नई दिल्ली-110020.
फोन : 011-40712100,
ई-मेल : wecare@diamondbooks. in
वेबसाइट : www. diamondbooks.in
प्रकाशन : 2024

Bhartatil Thor Amar Krantikari CHANDRA SHEKHAR AZAD (MARATHI)

Bharat Ke Mahan Amar Krantikari CHANDRA SHEKHAR AZAD (MARATHI)

By - Meena Agrawal

दोन शब्द

भारताला स्वातंत्र्य मिळवून देणे आणि या राष्ट्राचे निर्माण करणे यासाठी क्रांतिकारकांनी दिलेले योगदान इतर आंदोलनांच्या तुलनेत कोणत्याही प्रकारे कमी महत्त्वाचे नाही. वास्तविकता तर अशी आहे की, भारतीय स्वातंत्र्य आंदोलनाचा इतिहासच १८५७ च्या क्रांतिकारी आंदोलनाने सुरू होतो, पण दुर्दैवाची गोष्ट अशी की आपल्या इतिहासकारांनी मात्र क्रांतिकारकांच्या या योगदानाचे योग्य मूल्यमापन केले नाही.

भारतीय क्रांतिकारी आंदोलनातील एक अनुपम व्यक्तिमत्त्व म्हणजे चंद्रशेखर आझाद होत. भारताच्या स्वातंत्र्यासाठी त्यांचे अन्योन्य देशप्रेम, अदम्य साहस आणि कौतुकास्पद चारित्र्यशक्ती इ. या देशाच्या स्वातंत्र्य रक्षकांना एक आदर्श आणि शाश्वत प्रेरणा देत आले आहे. एका अतिशय गरीब कुटुंबात जन्माला येऊनही त्यांनी ठेवलेला देश भक्तीचा आदर्श कौतुकास्पदच नाही तर स्तुत्यही आहे. आझाद वास्तविक पाहता देशभक्ती, त्याग, आत्मबलिदान इ. सदगुणांचे प्रतिक आहेत.

भारतातील महापुरूषांमध्ये आत्मप्रशांसेपासून दूर राहण्याची एक परंपरा राहिली आहे. त्यामुळे आझाद सुद्धा स्वतःबद्दल आपल्या सोबत्यांनाही फार काही सांगत नसत. एकदा भगतसिंग यांनी त्यांना त्यांचे घर आणि कुटुंबिय यांच्याबद्दल विचारल्यावर त्यांनी सांगितले होते, 'संघटनेचा संबंध माझ्याशी आहे, माझ्या कुटुंबियांशी नाही. माझे चरित्र लिहिले जावे असे काही मला वाटत नाही.' याच्या सोबतच क्रांतिकारकांचे आंदोलन हे गुप्त स्वरुपाचे आंदोलन होते. त्यामुळे इतर आंदोलनांप्रमाणे त्याचा निर्विवाद इतिहास आढळणे अवघड आहे. याच कारणामुळे आझाद यांच्या जीवनातील विविध घटनांचे विविध पुस्तकांमध्ये

विविध प्रकारे केलेले वर्णन आढळून येते.

या पुस्तकात आझाद यांच्या जीवनातील सर्व घटनांविषयी उपलब्ध असलेल्या साहित्याला क्रमबद्ध पद्धतीने मांडण्याचा प्रयत्न केला आहे. ज्या घटनांबद्दल विद्वानांमध्ये वाद आहेत, त्यांचा उल्लेख योग्य ठिकाणी करण्यात आला आहे. हे प्रयत्न किती यशस्वी झाले आहेत, याचा निर्णय तर सुज्ञ वाचकच घेऊ शकतात.

हे पुस्तक वीरश्रेष्ठ आझाद यांच्या जीवनातील ऐतिहासिक घटनांचे फक्त संकलन आहे, त्यामुळे त्याबद्दल दुसऱ्या कोणत्याही प्रकारचा दावा करणे म्हणजे आपण आपली वंचना करून घेणे होय. याचे लेखन करण्यासाठी मन्मथनाथ गुप्त, यशपाल, वैशंपायन, श्री वीरेंद्र, व्यथित हृदय, यशपाल शर्मा, शिव वर्मा, सीता रमैया इ. विद्वान लेखकांच्या पुस्तकांचे सहाय्य घेण्यात आले आहे. त्यामुळे या सर्वांची मी ऋणी आहे.

- लेखिका

अणुक्रमणिका

प्रकरण पहिले

सुरूवातीचे जीवन

या राष्ट्राच्या निर्मितीमध्ये, त्याच्या स्वातंत्र्यासाठी किती तरी वीरांनी आपल्या प्राणांचे बलिदान दिले आहे. त्यांच्यापैकी अनेक वीरांची नावेही आज माहीत नाहीत. ज्या क्रांतिकारी वीरांची नावे माहीत आहेत, त्यांनाही आपण आज असे काही विसरून गेलो आहोत की, त्यांची नावे फक्त इतिहासाच्या पुस्तकातच मर्यादित राहिली आहेत. भारतीय स्वातंत्र्याचा इतिहास इ.स. १८५७च्या क्रांतिपासून सुरू होतो. स्वातंत्र्यासाठी केलेल्या या पहिल्या प्रयत्नाला इंग्रजांनी निष्फळ केले असले तरीही गुलामीच्या बेड्यामध्ये जखडलेल्या भारतीयांना त्यापासून प्रेरणा मिळत राहिली. त्याच प्रेरणेमुळे त्यांना स्वातंत्र्यासाठी सतत प्रयत्न करीत राहण्याची शिकवण मिळाली. भारतीय राष्ट्रीय काँग्रेसच्या स्थापनेनंतर या संघटनेने भलेही स्वातंत्र्य मिळविण्यासाठी अहिंसेच्या मार्गाने युद्ध केले. त्यामुळे आज स्वातंत्र्याचे सर्व श्रेय काँग्रेसला दिले जाते. पण काँग्रेसच्या बरोबरीने भारताच्या क्रांतिकारी सुपुत्रांनीही इंग्रजाविरुद्ध समांतर युद्ध केले. इंग्रज सरकारसाठी हे क्रांतिकारक एक आव्हान ठरले होते. हिंसेच्या माध्यमातून परदेशी सत्ताधाऱ्यांना देशाच्या बाहेर हाकलून लावणे आणि मातृभूमिला स्वतंत्र करणे हेच त्यांचे ध्येय होते.

भयंकर संकटांचा सामना करीत, सर्व सुख-सुविधांचा त्याग करून, आपल्या प्राणांची पर्वा न करता, भारतीय वीर क्रांतिकारक आपल्या पवित्र कार्यासाठी पुढे जात राहिले. याच वीरांपैकी एक नाव वीर शिरोमणी अमर हुतात्मे चंद्रशेखर आझाद यांचेही आहे. त्यांनी मातृभूमीच्या स्वातंत्र्यासाठी आपल्या जीवनाचे बलिदान

केले. इथे त्याच वीराचे जीवन चरित्र सादर करीत आहोत.

आझादांची वंश परंपरा आणि त्यांचे मूळ स्थान

चंद्रशेखर आझादांच्या पूर्वजांचे मूळ स्थान, आझादाचे निवासस्थान याबद्दल अनेक गैरसमज आहेत. आझादांचे आजोबा मूळ रुपात कानपूरचे राहणारे होते. नंतर ते उन्नाव जिल्ह्यातील बदरका गावात येऊन राहिले. त्यामुळे आझादांचे वडील पंडित सीताराम तिवारींचे बालपण इथेच गेले आणि तारूण्याचा सुरूवातीचा काळही त्यांनी इथेच घालविला. पंडित सीताराम तिवारींचे तीन विवाह झाले. त्यांची पहिली पत्नी मौरावा, जिल्हा उन्नावा येथील होती. या पत्नीपासून त्यांना एक मुलगाही झाला होता. ज्याचे नंतर अकाली निधन झाले. पंडित तिवारींचे आपल्या या पत्नीसोबत जास्त दिवस पटू शकले नाही. त्यामुळे त्यांनी तिला सोडून दिले आणि तिने आपले उर्वरित जीवन माहेरीच घालविले. त्यानंतर त्यांनी दुसरे लग्न केले. त्यांची दुसरी पत्नी उन्नाव जिल्ह्यातील सिंकंदरापूरची होती. त्यांची दुसरी पत्नीही त्यांच्या जीवनात जास्त काळ राहू शकली नाही. तिचे लगेच निधन झाले. त्यानंतर त्यांनी तिसरा विवाह जगरानी देवींशी केला. जगरानी देवीही उन्नाव जिल्ह्यातील चंद्रमण खेड्यातील होती. बदरका जिल्हा उन्नाव इथेच या जोडप्याला एक मुलगा झाला. या मुलाचे नाव त्यांनी सुखदेव ठेवले.

आझादांचा ज़न्म आणि बालपण

या पुत्राच्या जन्मानंतर पंडित सीताराम उपजिविकेच्या शोधात भारतातील एक संस्थान अलीराजपूर येथे गेले. नंतर त्यांनी आपली पत्नी जगरानी देवी आणि मुलगा सुखदेव यालाही तिकडेच बोलावून घेतले. अलीराजपूरमधील भाभरा गावात त्यांनी आपले निवासस्थान केले. इथेच जगरानीदेवीने सुखदेवच्या जन्मानंतर ५-६ वर्षांनी १९०५ मध्ये आणखी एका पुत्राला जन्म दिला. हाच मुलग़ा पुढे चालून चंद्रशेखर आझाद या नावाने प्रसिद्ध झाला. या नवजात मुलाला पाहून मुलाचे आई वडिल खूप निराश झाले कारण ते मूल अतिशय अशक्त होते आणि त्याचे वजन सामान्य मुलांच्या तुलनेत खूप कमी होते. याच्यापूर्वी तिवारी जोडप्यांच्या काही मुलांचे अकाली निधन झाले होते. त्यामुळे या मुलाच्या आरोग्याबद्दल ते अतिशय काळजीत राहत असत. हे मूल दुबळे होते तरीही खूप सुंदर होते. त्याचा चेहरा

चंद्रासारखा गोल होता.

सीताराम तिवारीची आर्थिक स्थिती चांगली नव्हती. आधी त्यांनी वन विभागात एक साधी नोकरी धरली. हे काम करीत असताना काही आदिवासींनी त्यांना मारहाण केली, त्यांचे कपडे, पैसे, जवळ असलेले सर्व काही हिसकावून घेतले. त्यामुळे त्यांनी ही नोकरी सोडून दिली. त्यानंतर त्यांनी गायी-म्हैसी पाळल्या. त्यांचे दूध विकून ते आपल्या कुटुंबाचा उदर निर्वाह करीत होते. इ.स. १९१२ मध्ये भयानक दुष्काळ पडला. त्या दुष्काळात अनेक पशु मारले गेले. त्यामुळे त्यांना हा दूध विकण्याचा व्यवसायही बंद करावा लागला. त्यानंतर त्यांनी एका सरकारी बागेमध्ये नोकरी धरली. त्यांची आर्थिक स्थिती नेहमीसाठी दयनीयच राहिली; पण तरीही त्यांनी कधी प्रामाणिकपणाचा मार्ग सोडला नाही. या बागेतील एखादी बारीक सारीक वस्तूही त्यांनी कधी आपल्या घरी आणली नाही. श्री विश्वनाथ वैशंपायन यांनी आपले पुस्तक 'चंद्रशेखर आझाद' मध्ये या विषयी पंडित सीताराम तिवारी यांचे खालील कथन मांडले आहे,

"सरकारी बागेतील नोकरीमध्ये मी कोणताही अप्रामाणिकपणा केला नाही. या बागेतून मी एखादा आंबा तर काय, पण एखादे वांगेही तहसीलदारांना कधी मोफत पाठविले नाही. मग घरच्या लोकांना तर मी त्याला स्पर्शही करू दिला नाही. कधी तिने (आझाद यांची आई) काही फळ-फूल नेले असते तर मी तिचे डोके उडविले असते. आम्हा अप्रामाणिकपणे कधीही एक पैसा मिळविला नाही. परक्याचे धन नेहमी हरामाचे समजले."

गरिबीमुळे सीताराम तिवारी आपला मुलगा आझादसाठी दूध वगैरे योग्य आहाराची व्यवस्थाही करू शकत नसत. त्या भागात एक विश्वास होता की आपले मुल शक्तीमान, निरोगी आणि वीर व्हावे यासाठी त्याला वाघाचे मांस खायला देत असत. हे मांस वाळवून खाऊ घातले जात असे. लोक ते आपल्या जवळ साठवून ठेवीत असत. यानंतर आपल्या पूर्ण जीवनात चंद्रशेखर शुद्ध शाकाहारी होते. खरं तर त्यांना शिकारीचा छंद होता, पण ते शिकारीचे मांस कधीही खात नसत. नंतर भगतसिंग यांच्या प्रभावाखाली आल्यावर मात्र त्यांनी अंडी खायला सुरूवात केली होती.

हाडकुळा आणि अशक्त असलेला मुलगा चंद्रशेखर आझाद हळूहळू चंद्राच्या कलेप्रमाणे वाढत होता. त्याचे शरीर निरोगी आणि धृष्टपुष्ठ झाले. त्यामुळे आई

वडिलांच्या मनात एक नवीन आशा जागी झाली. एक नवीन आनंदाचा संचार झाला. चंद्रशेखर आपल्या लहानपणापासूनच हट्टी स्वभावाचे होते. हट्टाबरोबरच निर्भिडपणा आणि धाडस हेही त्यांच्या स्वभावाचे विशेष गुण होते. आपल्या मनात येणारी कोणतीही गोष्ट केल्याशिवाय ते राहत नसत. या संदर्भात त्यांच्या बालपणीच्या एका घटनेचे वर्णन विविध पुस्तकांमध्ये आढळून येते. एकदा ते दिपावलीच्या वेळी रंगीत प्रकाश देणाऱ्या काडीपेटीशी खेळत होते. त्याच वेळी बाळ चंद्रशेखरच्या मनात असा विचार आला की आपण सर्व काडीपेट्या एकाच वेळी पेटविल्या तर किती मोठा प्रकाश निर्माण होईल. त्यांनी आपल्या मनातील ही गोष्ट आपल्या मित्रांना सांगितली. मित्रही नेमके काय होईल ते पाहण्यासाठी उत्सुक होते; पण एकाच वेळी सर्व काड्या पेटविण्याचे धाडस मात्र एकामध्येही नव्हते. एवढ्या काड्या एकाच वेळी जाळल्यामुळे हात जळण्याचा धोका सर्वांच्या मनात होता. मग काय पाहता, चंद्रशेखर पुढे आले. त्यांनी स्वतः हे काम करायचे ठरविले. मजा तर आली; पण त्यांचा हातही भाजला. आझादला याची जराही तमा नव्हती. तुझा हात भाजला असल्याचे मित्रांनी सांगितले तेव्हा त्यांचे त्याकडे लक्ष गेले. मित्रांनी औषध लावायला सांगितले, पण आझादांचे म्हणणे होते की हात आपोआप जळाला तसाच तो आपोआप बराही होईल. सोबत्यांना त्यामुळे खूप अस्वस्थता वाटली. ते आझादाचे तोंड पाहत राहिले. अशा प्रकारचे धाडसी कार्य करण्याचा त्यांचा लहानपणापासूनच स्वभाव होता, जणू काही त्यांच्या भावी आयुष्याचा तो संकेतच होता.

बहीण-भाऊ

आझादांच्या पूर्वी त्यांच्या आईला चार मुले झाली होती. त्यापैकी फक्त सुखदेवच जिवंत राहिला होता, उर्वरित तिघांचा आझादांच्या आधीच मृत्यू झाला होता. आझाद जेव्हा बनारसला विद्यार्थी होते तेव्हा त्यांचा मोठा भाऊ सुखदेव आपल्या गावाच्या जवळच कुठे तरी पोस्टमॅन झाला होता. नंतर आरोग्यामुळे त्यांनी या पदाचा राजिनामा दिला. त्यांच्यावर उपचार करण्यात आले, पण त्याचा काहीही परिणाम झाला नाही. १९२५मध्ये त्यांचे निधन झाले. त्यानंतर आपल्या आई-वडिलांचा एकुलता एक मुलगा म्हणून फक्त चंद्रशेखर आझादच जिवंत राहिले.

त्यांची एकही सखी बहीण नव्हती. भावाच्या मृत्यूच्या वेळी आझाद बेपत्ता होते.

शिक्षण

घोर दारिद्र्यामुळे पंडित सीतारामजी आपल्या मुलांना शिक्षण देण्यासाठी असमर्थ होते. त्यामुळे गावातीलच एका शाळेत आझादांचे शिक्षण सुरू झाले. श्री मन्मथनाथ गुप्ता यांनी लिहिले आहे की, श्री मनोहरलाल त्रिवेदी नावाचे एक सज्जन गृहस्थ होते. ते कोणत्या तरी सरकारी पदावर कार्यरत होते. त्या काळी ते सुखदेव आणि चंद्रशेखर यांना आपल्या घरी शिकवित असत. त्यावेळी सुखदेवचे वय तेरा-चौदा वर्षांचे तर आझादचे वय आठ वर्षांचे होते.

श्री त्रिवेदी यांचे म्हणणे उदघृत करून त्यांनी लिहिले आहे,

"जेव्हा सुखदेवचे वय तेरा-चौदा आणि चंद्रशेखरचे वय सात-आठ वर्षांचे होते, तेव्हा मी त्यांना शिकवित असे. आझाद लहानपणापासूनच न्यायप्रिय आणि उच्च विचार असलेले होते. एकदा मी शिकवित असताना मी मुद्दामच एक शब्द चुकीचा उच्चारला. त्यावर मी शिकवित असताना घाबरविण्यासाठी आणि शिक्षा देण्यासाठी वापरीत असे, तो तो बेत उचलला आणि मला दोन बेत मारले. ते पाहून तिवारीजी धावत आले आणि आझादला मारणार होते, पण मीच त्यांना अडविले. विचारल्यावर आझादने उत्तर दिले, 'आमची चूक झाल्यावर मला आणि भाऊला ते असेच मारतात. त्यामुळे त्यांनी चूक केल्यावर मीही तेच केले.' "

त्यानंतर त्रिवेदीची बदली नागपूर तहसीलमध्ये झाली. तेव्हाही आझाद यांचे त्यांच्या घरी जाणे येणे सुरू होते. चार-पाच वर्षानंतरच पुन्हा त्यांची बदली भाभरा गावाजवळील खट्टाली गावात झाली. तेव्हा त्रिवेदींनी आझादला आपल्या जवळ ठेवून शिकविले कारण सीताराम तिवारीची परिस्थिती मुलांना शिकविण्यासारखी नव्हती. आझाद काही काळ श्री मनोहरलाल त्रिवेदींसोबत राहिले. एका वर्षानंतर त्यांचा यज्ञोपवित संस्कार झाला. या वेळी ते त्रिवेदींसोबतच भाभरा गावी गेले. खट्टालीमध्येच त्यांनी चौथी पर्यंतचे शिक्षण घेतले.

याच काळात अलीराजपूर तहसीलमध्ये कानपूरचे राहणारे असलेले सीतारामजी अग्निहोत्री तहसीलदार होते. तसेच श्री मनोहरलाल त्रिवेदीही यावेळी अलीराजपूरला आले होते. एके दिवशी त्यांना भेटण्यासाठी चंद्रशेखर अलीराजपूरला आले. त्यांच्याकडेच राहू लागले. त्यांनी तहसीलदारांना आझाद यांना एखादी नोकरी देण्याची विनंती

केली. तहसीलदार श्री अग्निहोत्रीही आझाद यांच्या कुटुंबाचा प्रामाणिकपणा आणि गरीबी माहित असलेले होते. त्यामुळे मग त्यांनी आझादला अलीराजपूरमध्येच नोकरी लावली. त्यावेळी त्यांचे वय सुमारे चौदा वर्षांचे होते.

सुमारे एक वर्ष आझाद यांनी ही नोकरी केली. याच काळात त्यांची ओळख एका व्यापाऱ्याशी झाली. तो बनारसचा राहणारा होता. मोत्यांचा व्यापार करण्यासाठी तो अलीराजपूरला आला होता. आझाद त्याच्यासोबत पळून गेले. त्यांनी आपल्या नोकरीचा राजिनामाही दिला नाही. कदाचित या सतत फिरतीवर राहणाऱ्या व्यापाऱ्याचे जीवन चंद्रशेखर आझादला आवडले असावे. त्यांना स्वतःलाही कोणत्याही प्रकारचे बंधन आवडत नव्हते. त्या व्यक्तीसोबत गेल्यावर त्यांनी त्याची सोबत सोडून दिली. आता त्यांच्यासमोर रोजी रोटीचा प्रश्न होता, त्यामुळे त्यांनी मुंबई गोदीमध्ये नोकरी स्वीकारली. नोकरी लागल्यावरही जेवण बनविण्याचा प्रश्न होता. कारण आतापर्यंत ते परंपरावादी ब्राह्मण होते. स्वतः जेवण तयार करण्याच्या त्रासापासून मुक्त राहण्यासाठी सुरूवातीचे काही दिवस त्यांनी चण्या-फुटाण्यावर काढले. नंतर मात्र त्यांनी ढाब्यावर जेवण घ्यायला सुरूवात केली. संध्याकाळी ते सिनेमा बघायला जात असत त्यामुळे रात्री घरी परतल्यावर लवकर झोप लागत असे. त्यांचे हे जीवनही कंटाळवाणे आणि खालच्या दर्जाचे होते. इथे राहिल्यावर त्यांना नेहमीसाठी एक हमाल होऊन रहावे लागले असते. त्यामुळे आपण आता मुंबई सोडायला हवी, असे त्यांना वाटू लागले.

कदाचित याच्या आधीच त्यांनी आपल्या वडिलांसमोर बनारसला जाऊन संस्कृत शिकण्याची इच्छा व्यक्त केली असावी; पण त्यासाठी काही अज्ञात कारणामुळे किंवा आपल्या विवशतेमुळे ते परवानगी देऊ शकले नाहीत. यावेळी चंद्रशेखर आझाद यांना अडविणारे कोणीच नव्हते. ते मुंबई सोडून तिथून थेट बनारसला आले. तिथे त्यांनी एका संस्कृत शाळेमध्ये प्रवेश घेतला. तिथेच राहण्याचीही व्यवस्था झाली. त्यानंतर मग त्यांनी आपल्या घरी या विषयी पत्र लिहून कळविले.

चंद्रशेखर आझाद बनारसला संस्कृत शिकण्यासाठी गेले होते, हे तर निर्विवाद आहे; पण ते बनारसला स्वतः गेले की त्यांना पाठविण्यात आले याबद्दल मात्र दुमत आहे. पहिल्या मतानुसार ते स्वतः बनारसला पळून गेले होते, ज्याचे वर वर्णन केले

आहे. दुसऱ्या मतानुसार त्यांच्या वडिलांनी त्यांना तिथे पाठविले होते, पण आझाद यांची तिथे जाण्याची इच्छा नव्हती. आपल्या गरिबीमुळे सीताराम तिवारी यांना आपल्या मुलांना शिक्षण देणे शक्य नव्हते, पण त्याना शिकविणे हे आपले कर्तव्य समजत होते. त्याशिवाय दुसरा कोणताही पर्याय नव्हता. प्राचीन काळापासूनच बनारस संस्कृतच्या अभ्यासाचे केंद्र राहिले होते. तिथे आजही अनेक विद्वान प्राचीन गुरूकुल पंरपरेनुसार विद्यार्थ्यांना मोफत शिकवितात. याशिवाय आपल्या संस्कृतीवर प्रेम करणारे लोक पंरपरेनुसार संस्कृत शिकणारे विद्यार्थी विशेषतः ब्राह्मण विद्यार्थ्यांसाठी मोफत शिक्षणासोबतच मोफत जेवण आणि राहण्याची व्यवस्थाही करतात. ही परंपरा आजही सुरू आहे. या विद्यार्थ्यांना धर्म प्रेमी लोक अधून मधून वस्त्र, दक्षिणा आणि इतर प्रकारचे आर्थिक सहाय्यही करतात. बनारसमधील या सुविधा आणि आपली आर्थिक स्थिती पाहता पंडित सीताराम तिवारीने चंद्रशेखरला संस्कृत शिकण्यासाठी बनारसला पाठविले असावे.

पहिल्यांदाच घरापासून दूर असलेल्या नवीन वातावरणात त्यांचे मन रमले नाही. तसे त्यांचे आता वयच काय होते? त्याचे बालमन बंड करीत होते. ते तिथून पळून गेले आणि अलीराजपूर संस्थानात पोहचले. तिथे त्यांचे काका राहत होते. चपळ आणि बेडर चंद्रशेखरला इथे भिल्लांची संगत लाभली. ही सोबत त्यांना खूप आवडली. ते त्यांच्यासोबतच राहू लागले आणि ते धनुष्य बाण चालवायला शिकले. ते बाणाने नेम साधण्यात तरबेज झाले.

प्रत्येक समाजाच्या आपल्या काही परंपरा असतात. अशाच प्रकारे भिल्ल समाजातही गुन्हेगाराला बाण मारून शिक्षा देण्याची पंरपरा आहे. एकदा दुश्चरित्राच्या आरोपाखाली एका अपराध्याला बाण मारण्याची शिक्षा दिली जात होती. याच वेळी चंद्रशेखरही तिथे पोहचला. भिल्लाच्या नियमानुसार यावेळी तिथे असलेली कोणतीही व्यक्ती आपली नेमबाजी दाखवू शकते. चंद्रशेखर यांनाही बाणाने नेम साधायला सांगण्यात आले. त्यांचा नेम अचूक होता. त्यांचे बाण अपराधी व्यक्तीच्या डोळयांना लागले आणि त्याचे दोन्ही डोळे गेले. त्यांच्या काकांना या सर्व घटनेची माहिती मिळाली. ते चंद्रशेखरवर नाराज झाले. त्यांना चंद्रशेखरचे भिल्लाच्या संगतीत राहणे योग्य वाटले

नाही. त्यांनी आपल्या मनात विचार केला की त्यामुळे चंद्रशेखरचे जीवन वाया जाऊ शकते. परिणामी त्यांनी चंद्रशेखरला पुन्हा बनारसला पाठविले.

यावेळी चंद्रशेखर जरा हुशारीने वागले. ते मन लाऊन अभ्यास करू लागले, पण संस्कृत व्याकरणाचा अभ्यास करणे त्यांना आवडत नव्हते. कारण त्यामध्ये पाठांतरावर भर दिला जात असे. इथेच त्यांनी संस्कृत भाषा आणि तिचे व्याकरण याचा सामान्य अभ्यास केला. तिथे ते एका धर्मशाळेत राहत असत. जेवणाची वगैरे व्यवस्थाही धर्मशाळेच्या वतीनेच केली जात होती.

चंद्रशेखर बालपणापासूनच चंचल स्वभावाचे होते. जास्त वेळ एकाच ठिकाणी राहणे त्यांना आवडत नसे. त्यामुळे ते कधी कधी गंगेमध्ये उतरत असत आणि तासंतास पोहत असत. कधी रामायण, महाभारत किंवा दुसऱ्या एखाद्या पुराणातील कथेला बसत असत आणि कथा ऐकत असत. वीर पुरूष, देशभक्त यांच्या कथा ऐकणे त्यांना बालपणापासूनच आवडत होते.

विद्यार्थी जीवनातून राजकारणाकडे

चंद्रशेखर बनारसमध्ये शिक्षण घेत होते, त्याच वेळी भारतीय राजकारणामध्ये महात्मा गांधीजींचे पदार्पण झाले होते. त्याच्यासोबतच संपूर्ण देशात क्रांतिकारकांच्या कारवाया वाढल्या होत्या. इंग्रज सरकारने भारतीयांवर दडपशाही करण्यासाठी एक समिती बनविली. त्या समितीचे अध्यक्ष न्यायमूर्ती ए.एस.टी. रौलेट होते. या समितीचे सदस्य खालील व्यक्ती होत्या-

१. बेसिल स्कॉट, मुख्य न्यायमूर्ती, मुंबई उच्च न्यायालय.

२. कुमारस्वामी शास्त्री, न्यायधिश, मद्रास उच्च न्यायालय.

३. बर्ने लावेट, बोर्ड ऑफ रेव्हेन्यू, उ. प्र.चे सदस्य.

४. प्रभातचद्रं मित्र, अधिवक्ता, उच्च न्यायालय, कोलकत्ता.

या समितीची स्थापना करताना तिचे दोन उद्देश सांगण्यात आले होते. एक म्हणजे भारतातील क्रांतिकारक हालचालीविषयी परिपूर्ण माहिती मिळविणे आणि त्या दडपून टाकण्यासाठी कायदा तयार करणे.

याचा उद्देश भारतीयाचा स्वातंत्र्याचा आवाज दाबून टाकणे हाच होता, हे स्पष्टच

होते; पण सरकारचे असे म्हणणे होते की सुधारणा करण्यासाठी या समितीची स्थापना करण्यात आली होती. ही समिती १० सप्टेंबर १९१७ रोजी स्थापन करण्यात आली होती. शेवटी या समितीने दोनशे सव्वीस पानांचा आपला अहवाल सादर केला. भारतीयांचा स्वातंत्र्याचा अधिकार या अहवालाद्वारे आणखी कमी करण्यात आला होता. या अहवालामुळे फक्त क्रांतिकारी चळवळीचेच दमन होत होते असे नाही तर त्याचा उद्देश राजकीय चळवळींना दडपण्याचाही होता. या समितीचे नाव 'सिडीशन कमिटी' होते. त्यामुळे याच्या माध्यमातून राजकीय आंदोलनांनाही राजद्रोह ठरवून दडपून टाकण्यात येणार होते. हा रिपोर्ट पोलिसांच्या विचारांवर आधारित होता. यामध्ये जहाल मतवादी काँग्रेसी नेते लोकमान्य बाळ गंगाधर टिळक, बिपिनचंद्र पाल यांना तसेच चाफेकर बंधु, खुदिराम बोस यांना एकसारखेच समजले जात होते. हिंसा आणि अहिंसा याचा विचार केला नव्हता.

रॉलट कमिटीच्या शिफारशी

या समितीने पोलिसांना मोठ्या प्रमाणात अधिकार दिले होते. पोलीस हवे तेव्हा हवे त्याला नजर कैदेत ठेवू शकत होते, अटक करू शकत होते, झडती घेऊ शकत होते, तसेच जमानत मागू शकत होते. अशा प्रकारे या समितीच्या शिफारशी होत्या. यानुसार आरोपीला पुरेशा आणि सबळ पुराव्या अभावी शिक्षा देता येऊ शकत होती. या शिफारशी सरकारने स्वीकारल्या तसेच या शिफारशी रॉलेट बिल म्हणून ओळखल्या जाऊ लागल्या.

रॉलट कायद्याचा देशव्यापी विरोध

१९१९च्या सुरूवातीला या समितीच्या शिफारशी प्रसिद्ध करण्यात आल्या. त्याच्या विरूद्ध देशभर संतापाची लाट उसळली. भारतीयांच्या मुलभूत अधिकारांवर कठोर प्रहार अशी टीका करीत कॉंग्रेसने त्याचा विरोध केला. महात्मा गांधींनी या कायद्याच्या विरूद्ध देशव्यापी सत्याग्रह करण्याचा इशारा दिला. तसेच ३० मार्च १९१९ रोजी देशव्यापी बंदचे आवाहन केले. नंतर ही तारीख बदलून ६ एप्रिल करण्यात आली, पण माहिती न मिळाल्यामुळे दिल्लीत ३० मार्च रोजीच यशस्वी बंद पाळण्यात आला. एक विशाल मोर्चा काढण्यात आला. त्याचे नेतृत्त्व आर्य

समाजाचे मुख्य स्वामी श्रद्धानंद यांनी केले. गोऱ्या शिपायांनी स्वामीजींनी गोळी मारण्याची धमकी दिली, पण त्यामुळे स्वामीजी अजिबात विचलित झाले नाहीत. ते पुढे जाताच राहिले. दिल्ली रेल्वे स्टेशनवर पोलिसांनी गोळिबार केला ज्यामध्ये पाच व्यक्ती ठार झाल्या तर वीस जण जखमी झाले. देशवासीयांचे स्वातंत्र्य प्रेम गुलामीच्या बेड्या तोडून टाकायला निघाले होते; तर सरकार त्यांना दडपून टाकायला निघाले होते. शेवटी काय करायला हवे, ते काही त्यांना कळत नव्हते.

दिल्लीमधील या आंदोलनात हिंदु-मुस्लिम ऐक्याचे अभूतपूर्व दर्शन झाले. दोघांनी एक दुसऱ्याच्या खांद्याला खांदा लाऊन हे आंदोलन यशस्वी केले. हिंदुंनी सार्वजनिकरित्या मुस्लिमांच्या हाताने पाणी सेवन केले, ४ एप्रिल १९१९ रोजी स्वामी श्रद्धानंद यांनी दिल्लीच्या शाही जामा मस्जिदीतून वैदिक मंत्रांचे उच्चारण करीत भाषण केले. निःसंशयपणे भारतीय इतिहासातील ही एक अभूतपूर्व घटना होती. एक उज्ज्वल ऐतिहासिक बाजू.

दिल्लीच्या बरोबरीने संपूर्ण देशात या कायद्याला विरोध करण्यात आला. १९१९ मध्ये अमृतसर इथे कॉंग्रेसचे अधिवेशन होणार होते. त्याची पूर्व तयारी डॉ. किचलू आणि सत्यपाल करीत होते. सरकारने या दोघांना अटक करून त्यांची रवानगी अज्ञात स्थळी केली होती. याचे कारण जाणून घेण्यासाठी लोक मॅजिस्ट्रेटला भेटायला गेले, पण पोलिसांनी त्यांना मध्येच अडविले. याच दरम्यान हिंसक घटना घडली. त्यामध्ये पाच जण ठार झाले. अनेक घरांना आग लावण्यात आली. लोकांच्या अक्रोशाला काहीही मर्यादा उरली नव्हती. गुजरॉंवाला आणि कसूर इथेही हिंसक घटना घडल्या. डॉ. सत्यपाल यांनी गांधीजींना अमृतसर इथे येण्यासाठी पत्र लिहिले. त्यांनी ८ एप्रिल रोजी पंजाबसाठी प्रयाण केले होते. वाटेतच पलवर स्टेशनवर त्यांना अटक करून परत मुंबईला पाठविण्यात आले.

रॉलेट कायद्याच्या विरोधात पूर्ण पंजाबमध्ये मोर्चे काढण्यात आले. रस्त्यावर तीन तीन मैल लांबीचे मोर्चे दिसले. विरोधात निदर्शने करणाऱ्यांनी रस्ते ओसंडून वाहत होते. काळे झेंडे दाखविण्यात आले. निदर्शनासोबतच बंदही पाळण्यात आला. हा बंद सात दिवस चालला. पोलिस बळजबरीने दुकाने उघडायला भाग पाडीत होती, पण पोलिस जाताच दुकाने पुन्हा बंद होत होती. बंदच्या काळात लाहोरमध्ये

बाजारातील गल्ल्यांमध्ये जेवण तयार केले जात असे. महिला आपल्या इच्छेनुसार यासाठी काम करीत असत. त्यामुळे काम करणाऱ्या आणि मजुरीवर जीवन जगणाऱ्यांना जेवण मिळत होते. लोक आपल्या संकुचित स्वार्थाच्या पुढे जाऊन विचार करीत देशहितासाठी आंदोलनामध्ये सहभागी झाले होते. जागो जागी 'रॉलेट बिल-हाय हाय' च्या घोषणा दिल्या जात होत्या. सम्राट जॉर्ज पंचमचे पुतळे जाळण्यात येत होते. पोलिस हवे तेव्हा जागोजागी लाठीचार्ज करीत असे. अनेक ठिकाणी पोलिसांनी गोळीबारही केला. धडाधड अटक करणे किंवा भर बाजारात निदर्शने करणाऱ्यांना वेताने मारहाण करणे हे तर नेहमीचेच झाले होते. सरकार हा बंद संपविण्यासाठी तसेच निदर्शने थांबविण्यासाठी पोस्टर चिकटवित होती, पण लोक लगेच ते फाडून टाकीत असत.

जालियानवाला बाग हत्याकांड

१३ एप्रिल १९१९ रोजी वैशाखीच्या दिवशी पंजाबमधील अमृतसर येथील जालियानवाला बागेमध्ये एक सभा होत होती. सभेचा उद्देश रॉलेट बिलाला विरोध करणे होता. या सभेसाठी सुमारे वीस हजार लोक उपस्थित होते. ज्यामध्ये मुले, तरूण, वृद्ध अशा सर्व वयोगटातील स्त्री-पुरूष होते. जालियानवाला बागेच्या चहुबाजूला भिंती होत्या. फक्त एकाच बाजूने एक अरुंद रस्ता होता. त्यावरून कोणत्याही प्रकारचे वाहन जाऊ शकत नव्हते.

ही सभा शांततने पार पडत होती. हंसराज नावाची एक व्यक्ती भाषण देत होती. इतक्यात जनरल डायर तिथे येऊन धडकले. त्याच्यासोबत पन्नास गोरे आणि शंभर देशी सैनिक होते. बागेमध्ये एका बाजूला सैनिकांना उभे करून त्याने निःशस्त्र जमावावर गोळीबार करण्याचा आदेश दिला. लोकांमध्ये गडबड सुरू झाली, धावपळ सुरू झाली, पण बाहेर जाण्याचा मार्ग अरुंद होता. अनेक लोकांनी आपला जीव वाचविण्यासाठी विहिरीत उड्या मारल्या, पण त्यामध्ये अनेक लोक मारले गेले. दोन -तीन मिनिटे सलग गोळीबार करून डायरने सामान्य लोकांच्या रक्ताची होळी खेळली. हिंसेचे नागडे तांडव झाले. या विषयी श्री मन्मथ गुप्त आपले पुस्तक 'भारतीय क्रांतिकारी आंदोलनाचा इतिहास' मध्ये लिहितात,

"जनरल डायरने हंटर कमिशन समोर जे बयाण दिले होते, त्यानुसार त्याने

आधी लोकांना इतस्तः पसरायला सांगितले. मग दोन - तीन मिनिटांमध्ये गोळीबार केला. ही गोष्ट खरी असल्याचे मान्य केले तरीही दोन मिनिटात चिंचोळ्या मार्गावरून वीस हजार लोक बाहेर पडू शकत नाहीत. किंवा असेही मान्य केली की जनरल डायराच्या आदेशानंतरही लोकांनी तिथून उठण्यासाठी नकार दिला असेल तरीही हे कळत नाही की असे कोणते संकट किंवा आपत्ती आली होती की ज्यामुळे अशा प्रकारे हजारो लोकांना अशा प्रकारे टिपण्यात आले होते. या घटनेसाठी फक्त जनरल डायरच्या माथ्यावरच सर्व दोषाचे खापर फोडणे योग्य होणार नाही. कारण ब्रिटिश साम्राज्याने अशी योजना आखली होती असे मी मानतो. मुख्य गोष्ट अशी आहे की पंजाबमधूनच ब्रिटिश सरकारला सर्वात तगडे जवान मिळत होते, त्यामुळे स्वाभाविकदृष्ट्या सरकारला असे वाटत होते की, या प्रदेशात तरी अशा प्रकारची अशांतता पसरू नये. या बाबतीत उगवण्याआधीच कुस्करून टाकण्याचे धोरण सरकारने स्वीकारले होते. जनरल डायर आपला सर्व राग शांत झाला होईपर्यंत गोळीबार करीत होता. ही गोष्ट त्याने मोठ्या हिकमतीने कमिशन समोर मांडली. त्याला न सांगायला काय झाले होते, कारण त्याला कोणत्याही प्रकारची भीती नव्हती."

या हत्याकांडाच्या वेळी एकूण १६०० गोळ्या चालविण्यात आल्या. सरकारी रिपोर्टनुसार यामध्ये चारशे व्यक्ती ठार झाल्या होत्या आणि सुमारे दोन हजार लोक जखमी झाले होते. अशा प्रकारच्या घटनांमध्ये सरकारी रिपोर्ट बहुतेक करून चुकीचेच असतात. त्यामुळे हा रिपोर्टही वास्तव नव्हता. नंतर याची चौकशी करण्यासाठी कॉंग्रेसने एक आयोग नेमला. ज्या रिपोर्टनुसार मृत आणि जखमी व्यक्तींची संख्या सरकारी रिपोर्टच्या दुप्पट होती.

या कांडानंतर सरकारच्या क्रुरतेमध्ये काहीही कमी झाली नाही. आमृतसरचा वीज आणि पाणी पुरवठा बंद करण्यात आला. वाटेने चालणाऱ्या लोकांना बेताने मारण्यात येत होते. त्यांना कोपराने रांगून चालण्यासाठी भाग पाडले जात असे. सैनिकी कायद्यानुसार दुकानातील वस्तुंच्या किमती सैनिकाच्या इच्छेनुसार नक्की केल्या जात असत. शेकडो लोकांना अटक करून तुरुंगात पाठविण्यात आले.

पंजाबचे गर्व्हनर मायकल ओडायर यांनी जनरल डायरच्या या कार्याचे कौतुक

केले. सैनिकी सत्तेच्या या अत्याचाराचे वर्णन श्री मन्मथ गुप्ता यांनी अशा शब्दांत केले आहे,

"पंजाबमध्ये इतर ठिकाणीही भयंकर अत्याचार झाले. ज्याचे वर्णन ऐकताना अंगावर काटा येतो. काही काही ठिकाणी तर बॉम्ब टाकण्यात आले. अनेक ठिकाणी तर असा नियम करण्यात आला की, प्रत्येक हिंदुस्थानी व्यक्तीने प्रत्येक गोऱ्या व्यक्तीला सलाम करायला हवा. काही काही ठिकाणी एक हिंदु आणि एका मुस्लिमाला एकत्र बांधून मिरवणूक काढण्यात आली. सरकारचा अर्थ मुस्लिम ऐक्याची टिंगल करणे होता. कसूरमध्ये जे साहेब इनचार्ज होते, त्यांनी एक मोठा पिंजरा तयार करून घेतला होता. ज्यामध्ये एकाच वेळी एकशे पन्नास माणसे माकडांसारखी बंदी करून ठेवली जात असत. काही काही ठिकाणी तर वेश्यांसमोर भल्या माणसांना वेताने मारण्यात आले. वाटेने चालणाऱ्याकडून हमाली करून घेण्यात आली. शाळेत येणाऱ्या मुलांनी दिवसातून तीन वेळा ब्रिटिश झेंड्याला सलाम करावा, असाही काही ठिकाणी नियम करण्यात आला होता. आपण कधीही कोणताही अपराध करणार नाही तसेच त्यांना पश्चाताप करावा लागेल असे काहीही करणार नाहीत अशी विद्यार्थ्यांकडून प्रतिज्ञा करून घेण्यात आली. लाला हरकिशन लाल यांचे चाळीस लाख रुपये जप्त करण्यात आले तसेच त्यांना काळ्या पाण्याची शिक्षा ठोठावण्यात आली. या अत्याचारांचे वर्णन करावे तितके कमीच आहे."

पंजाबमधील या घटनांमुळे संपूर्ण भारत देशात एक प्रक्षोभाचे वातावरण निर्माण झाले होते. चंद्रशेखर या सर्व घटनांपासून अपरिचित नव्हते. या सर्व घटनाच्या विषयांनी इंग्रजांच्या या अत्याचाराविरोधात किशोर चंद्रशेखरचे रक्त उसळू लागे. त्याच्या हृदयात बदल्याची भावना भडकत होती.

यावेळी त्यांचे वय अवघे चौदा वर्षांचे होते.

वेताची शिक्षा आणि चंद्रशेखरचा आझाद

अमृतसरनंतर दुसऱ्या वर्षी १९२० मध्ये कॉंग्रेसचे अधिवेशन कलकत्यात झाले. हे एक विशेष अधिवेशन होते. त्याचे अध्यक्ष लाला लजपतराय होते. या अधिवेशनामध्ये सरकारसोबत असहकाराचा प्रस्ताव मांडण्यात आला. अर्थात देशबंधू चित्तरंजनदास, पंडित मदन मोहन मालवीय, बिपिनचंद्र पाल इ. जुन्या नेत्यांचा या प्रस्तावाला विरोध होता, तरीही हा प्रस्ताव मंजूर झाला. मग याच वर्षी कॉंग्रेसचे वार्षिक अधिवेशन

नागपूरमध्ये झाले. ज्याचे अध्यक्ष विजय राघवाचार्य होते. या अधिवेशनातही हा ठराव प्रचंड बहुमताने मंजूर करण्यात आला.

१९२१च्या सुरूवातीला महात्मा गांधीजींच्या नेतृत्त्वाखाली पूर्ण देशात असहकार आंदोलन चालविण्यात आले. असहकार आंदोलनाचे हे वादळ पूर्ण वेगाने संपूर्ण देशात पसरले. परदेशी वस्त्रांची होळी करण्यात आली. वकिलांनी न्यायालयावर बहिष्कार टाकला. सरकारी किंवा सरकारी मदतीवर चालणाऱ्या विद्यालयांवर विद्यार्थ्यांनी बहिष्कार घातला. परदेशी वस्तूच्या दुकानावर आंदोलन करण्यात आले. धरणे धरण्यात आले. जागोजागी सभा घेण्यात आल्या. मोर्चे काढण्यात आले. नेते लोक सरकारसोबत प्रत्येक प्रकारचे असहकार्य करण्याचे लोकांना आवाहन करीत होते.

संपूर्ण देशाप्रमाणे बनारसही या आंदोलनापासून दूर राहिले नव्हते. अनेक विद्यार्थी या आंदोलनात उतरले होते. त्यांनी आपले शिक्षण सोडून दिले. बहुतेक वेळा सभा होत असत, निदर्शने होत असत, त्यांच्या घोषणांनी दस दिशा दुमदुमून जात असत. असहकार आंदोलनात सहभागी होणाऱ्या लोकांवर पोलिस लाठीमार करीत असत. चंद्रशेखर सभांना जात असत. भाषण ऐकत असत आणि पोलिसांचे अत्याचार पाहत असत. या सर्व गोष्टींनी त्यांचे किशोर मन गोंधळून गेले होते. पोलिसांचे अत्याचार पाहून त्यांचे किशोर मन बंड करून उठत असे. ते सुरूवातीपासूनच स्वातंत्र्य प्रेमी होते. त्यामुळे ते स्वतःला थांबवू शकले नाहीत. अभ्यासाकडे पाठ फिरवून ते असहकार आंदोलनात उतरले. आता त्यांचे वय अवघे पंधरा वर्षांचे होते.

एके दिवशी काही आंदोलक एका परदेशी कपड्यांच्या दुकानासमोर धरणे धरून बसले होते. तितक्यात तिथे पोलिस आले. पोलिसांतील एक शिपाई धरणे देणाऱ्यावर लाठी मारू लागला. तो त्यांना अतिशय वाईट प्रकारे मारीत होता. चंद्रशेखर यांना हा अत्याचार पाहवला नाही. ते स्वतःवर ताबा ठेवू शकले नाहीत. जवळच एक दगड पडला होता. त्यांनी दुरूनच तो दगड त्या शिपायाच्या डोक्यावर मारला. नेम अचूक होताा. शिपायाचे डोके फुटले आणि तो जमिनीवर पडला. दुसऱ्या एका शिपायाने चंद्रशेखरला असे करीत असताना पाहिले होते. चंद्रशेखर यांनाही ही गोष्ट कळली होती. त्यामुळे गर्दीमध्ये स्वतःला पोलिसांपासून चुकवित ते गर्दीच्या मदतीने तिथून पळून गेले. एका शिपायाने त्यांना पकडण्याचा प्रयत्न केला,

पण ते काही त्याच्या हाती लागले नाहीत.

चंद्रशेखर यांच्या कपाळावर चंदनाचा टिळा लावलेला होता. ज्या शिपायाने त्यांना दगड मारताना पाहिले होते, त्याने त्याला ओळखले. त्यामुळे इतर काही शिपायांना सोबत घेऊन तो त्यांना शोधण्यासाठी बाहेर पडला. ज्या ठिकाणी तो सापडण्याची शक्यता होती, त्या सर्व ठिकाणी म्हणजे सर्व धर्मशाळांमध्ये, शाळांमध्ये इतर अनेक ठिकाणी त्यांचा शोध घेण्यात आला. शेवटी ज्या धर्मशाळेत चंद्रशेखर राहत असत त्या धर्मशाळेतही पोलिस आले. पोलिस शिपाई खोलीत घुसला. त्या ठिकाणी लोकमान्य टिळक, लाला लजपत राय, महात्मा गांधी इ. राष्ट्रीय नेत्यांची चित्रे लावली होती. चंद्रशेखर यांना अटक करण्यात आली. त्यांच्या हातात हातकड्या घालण्यात आल्या. पोलिस त्यांना आपल्या सोबत घेऊन गेले, पण त्यामुळे चंद्रशेखर अजिबात भयभीत किंवा विचलित झाले नाहीत.

पोलिस ठाण्यात नेल्यावर त्यांना कस्टडीत बंद करण्यात आले. कस्टडीच्या लहान लहान खोल्यांमध्ये अनेक सत्याग्रहींना जनावरासारखे कोंडले होते. हवा आणि पाण्याचीही पुरेशी व्यवस्था करण्यात आली नव्हती. कडाक्याच्या थंडीची रात्र होती. क़ोठडीमध्ये कैद असलेल्या चंद्रशेखर यांना थंडीपासून बचाव करण्यासाठी कोणत्याही प्रकारचे आंथरूण-पांघरूण देण्यात आले नव्हते. कदाचित पोलिसांनी असा विचार केला असेल की हा मुलगा थंडीला घाबरेल आणि क्षमा मागेल. पण असे काही घडले नाही. हा मुलगा काय करीत आहे, हे पाहण्यासाठी मध्यरात्री पोलिस इन्सपेक्टर त्याच्या कोठडीसमोर गेला. चंद्रशेखर थंडीने काकडत असेल, असाच तो कदाचित मनात विचार करीत असेल. इन्सपेक्टरने कुलूप उघडले आणि तो आत गेला. पण हे काय? चंद्रशेखर यांना पाहून तो अस्वस्थ झाला. चंद्रशेखर यांनी थंडीवर मात करण्याचा अनोखा उपाय शोधून काढला होता. तो व्यायाम (दंड-बैठका) करीत होता. त्यामुळे थंडीने कुडकुडण्याऐवजी त्याच्या शरीरातून घाम टपकत होता. हे पाहून इन्सपेक्टरचा आपल्या डोळयावर विश्वास बसत नव्हता, पण सत्य समोर होते. चंद्रशेखरने हे सिद्ध करून दाखविले की युक्ती आणि परिश्रम याच्या समोर कोणतेही संकट थांबू शकत नाही. पोलिस इन्सपेक्टर आल्या पावली परत गेला.

दुसऱ्या दिवशी चंद्रशेखरला न्यायालयात मेजिस्ट्रेटच्या समोर नेण्यात आले. त्यांच्याच वयाची आणखीही काही मुले अटक करण्यात आली होती. त्यांनाही न्यायालयात

आणण्यात आले होते. मॅजिस्ट्रेट खरेघाट पारशी होता. तो बनारसमधील राजकीय प्रकरणे निकाली काढीत असे; पण राजकीय बंदिवानांचे महत्त्व कमी करण्यासाठी त्यांना रस्त्यावरील वाहतूक रोखण्याबद्दल कलम १०७ अंतर्गत शिक्षा दिली जात असे. खरेघाट कठोर शिक्षा देण्यासाठी कुप्रसिद्ध होता. चंद्रशेखर सर्वात कमी वयाचे विद्यार्थी होते. संस्कृतचा अभ्यास करणारे विद्यार्थी बहुतेक करून धार्मिक भावनेने अभ्यास करीत असत. त्यामुळे त्यामध्ये ३०-३५ वर्षांचे विद्यार्थीही होते. या मॅजिस्ट्रेटला विद्यार्थी घाबरत असत, पण हे सर्व विद्यार्थी निर्भिडपणे उभे होते. चंद्रशेखरच्या आधीच्या मुलाला मॅजिस्ट्रेटने विचारले, 'तुझे नाव?'

'नोव्हेंबर,' मुलाने उत्तर दिले.

'तुझ्या वडिलांचे नाव?'

'डिसेंबर.' मुलाने उत्तर दिले.

ही उत्तरे खरेघाट यांना अपमानास्पद वाटली. त्यानंतर त्याने चंद्रशेखर यांना विचारले, "तुझे नाव?"

"आझाद." चंद्रशेखरने उत्तर दिले.

"तुझ्या वडिलांचे नाव?"

"स्वाधिन."

"तुझे घर कुठे आहे?"

"तुरुंगात."

अशा प्रकारच्या उत्तरामुळे मॅजिस्ट्रेटच्या अंगाचा तिळपापड झाला. मोठे मोठे गुन्हेगार त्याच्यासमोर उत्तर देण्याचे धाडस करीत नसत. त्यामुळे रागात येऊन त्याने चंद्रशेखरला पंधरा कोडे मारण्याची कठोर शिक्षा दिली. वेताची किंवा कोड्यांची शिक्षा वास्तवात कठोर समजली जात असे. ती ऐकूनच गुन्हेगार थरथर कापत असत. कोड्याच्या माराने कातडी सोलून निघत असे. पण चंद्रशेखर यांनी या शिक्षेची काहीही पर्वा केली नाही.

बनारसचा जेलर सरदार गण्डरसिंह अतिशय क्रुर स्वभावाचा होता. त्याच्याकडे दया नावाची गोष्टच नव्हती. कैदी किंवा गुन्हेगारांना शिक्षा देताना त्याला खूप मजा

येत असे. हे कार्य करीत असताना तो क्रुरतेची सीमा गाठीत असे. कोडे मारण्यासाठी त्याने चंद्रशेखरला एका पाटीला बांधले. यावेळी त्यांच्या शरीरावर लंगोटाशिवाय दुसरे कोणतेही वस्त्र नव्हते. कारण कोडे मारण्याआधी कपडे काढून घेतले जात असत. शरीरापासून कातडी वेगळी होऊ नये म्हणून शरीरावर लेप लावला जात असे. गण्डसिंह मनातल्या मनात त्याची बुद्धी ठिकाण्यावर आणण्याच्या उद्देशाने हासत होता. त्याने कोडे मारणाऱ्याला आपले काम सुरू करण्याची आज्ञा दिली. फटाफटा कोडे बरसू लागले. प्रत्येक कोड्यासोबत चंद्रशेखर यांच्या तोंडातून 'महात्मा गांधी की जय' ही घोषणा बाहेर पडत असे.

त्याच दिवशी बनारसमधील ज्ञानवापी नावाच्या ठिकाणी एक सभा झाली. इथेही लोकांची खूप मोठी गर्दी त्या वीर मुलाला पाहण्यासाठी उपस्थित होती. चंद्रशेखर आझाद मंचावर आल्यावर त्यांच्यावर फुलांचा वर्षाव करण्यात आला. त्यांना पुष्पमालांनी सजविण्यात आले. त्यावेळी ते धोतर आणि कुर्ता घातलेले होते. त्यांच्या कपाळावर चंदनाचा टीळा लावण्यात आला होता. मंचावर त्यांनी थोडक्यात भाषण केले. त्यामध्ये त्यांनी देशाच्या स्वातंत्र्यासाठी कार्य करण्याची विनंती केली. तसेच या पावन कार्यासाठी आपल्या प्राणाचे बलिदान करणाऱ्या वीरांना श्रद्धांजली अर्पण केली. जमलेल्या लोकांनी 'चंद्रशेखर आझाद झिंदाबाद' च्या घोषणा दिल्या. त्यानंतर इतर लोकांची भाषणे झाली, त्यामध्ये चंद्रशेखर यांच्या शौर्यपूर्ण कामाचे कौतुक करण्यात आले.

त्या काळी बनारसमधून 'मर्यादा' नावाचे एक नियतकालिक निघत असे. ज्याचे प्रकाशक श्री शिवप्रसाद गुप्त आणि संपादक श्री संपूर्णानंद होते. श्री संपूर्णानंद नंतर उत्तर प्रदेशचे मुख्यमंत्री आणि राजस्थानचे राज्यपाल झाले. 'मयार्दा' मध्ये चंद्रशेखर यांचा फोटो आणि 'वीर बालक आझाद' या नावाचा त्यांच्यावरील एक छोटेखानी लेखही प्रकाशित झाला होता. त्यामध्ये त्यांचे शौर्यपूर्ण कार्य आणि अदभूत साहसाचे कौतुक करण्यात आले होते.

मेजिस्ट्रेट खरेघाट यांनी चंद्रशेखर यांना कोड्याची शिक्षा दिली होती, पण या

शिक्षेमुळे मातृभूमीबद्दल त्यांचे प्रेम आणखीनच वाढले होते. या बाबतीत श्री मन्मथनाथ गुप्त आपले पुस्तक 'भारतीय क्रांतिकारी आंदोलनाचा इतिहास' मध्ये लिहितात,

"आझाद यांनी मॅजिस्ट्रेटला आव्हान दिले होते. आझाद यांनी योग्यच सांगितले होते की कुशासनामध्ये आझाद लोकांचे निवासस्थान तुरुंगच असते. खरेघाट यांनी असा विचार केला की हा मुलगा आहे, त्याला अशा प्रकारची शिक्षा द्यायला हवी की, त्यामुळे त्यांना चांगला धडा मिळेल आणि तो आपल्या अभ्यासाच्या मागे लागेल. त्यानुसार त्यांना पंधरा कोडे मारण्याची शिक्षा देण्यात आली. तुरुंगात आणून त्यांना कोडे मारण्यात आले. एक कोडा मारला की ते आणखी जोराने 'महात्मा गांधींकी जय' ही घोषणा देत असत. त्या काळी 'महात्मा गांधी की जय' ही घोषणा म्हणजे भारताच्या युद्ध प्रवासातील महत्त्वाची घोषणा होती."

वास्तविक पाहता स्वातंत्र्य शरीराचे असत नाही तर मनाचे असते. व्यक्तीचे शरीर बंदी बनविले जाऊ शकते, मन नाही. खरे स्वातंत्र्य प्रेमी आत्याचारी सत्तेसाठी डोळ्यातील कचरा होतात. त्यामुळे त्यांचे बहुतेक जीवन तुरुंगातच व्यतित होत असते. ब्रिटिश सत्तेच्या काळात सर्व स्वातंत्र्य प्रेमीसाठी तुरूंग हेच घर झाले होते. त्यामुळे चंद्रशेखर यांना त्यांच्या घराविषयी मॅजिस्ट्रेटने विचारले तेव्हा त्यांनी तुरूंग हेच आपले घर असल्याचे सांगितले. त्यांच्या या उत्तरात गंभीर अर्थ दडलेला होता. जो ब्रिटिश सरकारच्या अत्याचाराकडे इशारा करीत होता.

या घटनेने चंद्रशेखर यांना किशोरावस्थेतच एक लोकप्रिय नेता म्हणून प्रसिद्ध केले होते. खरं तर ही शिक्षा क्रुर नक्कीच होती, तरीही त्याला काही कोणी खूप कठोर शिक्षा म्हणू शकत नाही. ही घटना म्हणजे त्यांच्या भावी क्रांतिकारी आयुष्यासाठी एक महत्त्वाची पायरी ठरली. त्या दृष्टीने ही एक महत्त्वाची घटना होती आणि या घटनेनंतर ते चंद्रशेखरचे 'चंद्रशेखर आझाद' झाले होते. वीर चंद्रशेखर आझाद.

कोड्यांची शिक्षा मिळाल्याची ही बातमी त्यांच्या घरच्या लोकांपर्यंत पोहचली. कारण ही बातमी देशातील सर्व महत्त्वाच्या वृत्तपत्रामध्ये प्रकाशित झाली होती. ही बातमी वाचल्यावर त्यांच्या घरातील लोक अतिशय चिंतित झाले. त्यांचे वडील श्री

सीताराम तिवारी थेट बनारसला पोहचले. त्यांनी मुलाला अनेक प्रकारे समजावून सांगितले. तसेच त्याने घरी परत यावे म्हणून त्याच्यावर बळजबरी केली. अर्थात आझाद सुद्धा लहानपणापासूनच हट्टी स्वभावाचे होते. त्यांनी देश सेवा करण्याचे व्रत घेतले होते. कोणत्याही थोर व्यक्तीसाठी आपले ध्येय खूप महत्त्वाचे असते. महानपुरूष जे कार्य करण्याचे मनापासून ठरवितात, ते जगभरातील अनेक संकटे समोर आली तरीही त्यापासून ढळत नाहीत. त्यामुळे त्यांनी आपल्या वडिलांनी मांडलेला प्रस्ताव स्वीकारला नाही. त्यांच्या वडिलांना निराश होऊन माघारी परत फिरावे लागले.

हे एक प्रकारे त्यांनी आपल्या घराविरूद्ध आणि कुटुंबियांविरूद्ध पुकारलेले बंड होते. वास्तविक पाहता आझाद यांच्या दृष्टीने सर्व देश हेच त्यांचे घर होता. आचार्य चाणक्यांनी कुळासाठी एका व्यक्तीचा, गावासाठी एका कुळाचा आणि राज्य किंवा देशासाठी एका गावाचा त्याग करण्याची शिकवण दिली आहे. चंद्रशेखर आझाद यांनीही असेच केले. त्यांनी भारत भूमीच्या हितासाठी संकुचित कौटुंबिक मोह आणि त्यांच्याशी असलेल्या संबंधांना तिलांजली दिली.

प्रकरण दुसरे

क्रांतिच्या दिशेने

मागे वर्णन केलेल्या बनारसमधील घटनेनंतर चंद्रशेखर आझाद यांची पाउले स्वातंत्र्य आंदोलनाच्या दिशेने पुढे निघाली. ते पूर्णपणे देशभक्तीच्या रंगात रंगले. अभ्यासावरून त्यांचे मन उडाले. ते आपल्या विद्यालयातील सोबत्यांनाही देशाच्या स्वातंत्र्य आंदोलनात सहभागी होण्यासाठी तयार करू लागले. स्वातंत्र्य मिळविणे हेच आता आझाद यांचे ध्येय झाले होते.

आंदोलनाची माघार; आझादांची निराशा

असहकार आंदोलनाने चंद्रशेखर आझाद यांना एक नवीन दिशा दाखविली होती. ते भारताच्या स्वातंत्र्याचे स्वप्न पाहू लागले होते. त्यासाठी काही करण्याची त्यांच्या मनात इच्छा होती; पण पुढल्याच वर्षी चौरीचौऱ्याच्या घटनेमुळे महात्मा गांधींनी असहकार आंदोलन मागे घेतले. घटना अशा प्रकारे घडली होती. असहकार आंदोलन पूर्ण जोरात सुरू होते. गोरखपूर जवळील चोरीचौरा नावाच्या गावी पोलिसांच्या अत्याचारामुळे आंदोलक आपले नियंत्रण गमावून बसले आणि त्यांच्यातील एका गर्दीने पोलिस स्टेशनला आग लावली. या आगीमध्ये एक कॉन्सटेबल आणि एकवीस शिपाई जळून खाक झाले. ही घटना १२ फेब्रुवारी १९२२ रोजी घडली. जी इतिहासात 'चोरीचौरा कांड' म्हणून प्रसिद्ध आहे. अशा प्रकारचा हिंसाचार पाहून गांधीजींनी आपले असहाकर आंदोलन मागे घेतले. १३ मार्च १९२२ रोजी

गांधीजींना अटक करण्यात आली. या वेळी भारतीयांचा उत्साह परम सीमेवर होता, त्यामुळे महात्मा गांधीजींच्या या निर्णयामुळे लोकांची खूप मोठी निराशा झाली. महात्मा गांधीजींच्या या निर्णयाबद्दल श्री मन्मथनाथ गुप्त लिहितात, -

"महात्मा गांधीजींनी अशा प्रकारे सामान्य लोकांच्या मनात असलेली अहिंसेची कमी भावना पाहून आंदोलन स्थगित केले. १३ मार्च रोजी गांधीजींनाही अटक करण्यात आली. आश्चर्याची गोष्ट अशी की जोपर्यंत आंदोलन अतिशय जोरात सुरू होते आणि गांधीजी उघडपणे त्याचे नेतृत्त्व करीत होते, तोपर्यंत गांधीजींना कोणीही अटक केली नाही. कारण त्यावेळी आंदोलन करणाऱ्यांची संख्या तेहतीस कोटी होती. अर्थात ज्या वेळी आंदोलन स्थगित करण्यात आले, लोकांच्या वाढत्या अपेक्षांवर पाणी फिरविण्यात आले तेव्हा त्यांच्यात मोठ्या प्रमाणात निरूत्साह संचारला. त्यावेळी ते एक व्यक्ती झाले होते."

श्री गुप्त यांच्या काही शब्दांमध्ये काही अतिशयोक्ती असू शकते, पण इतके मात्र नक्की आहे की एका साधारण घटनेमुळे आंदोलन अशा प्रकारे मध्येच थांबविल्यामुळे भारतीयांच्या मनात विशेषतः तरुणाच्या मनात निराशा पसरली. गुप्ताजी स्वतः एक क्रांतिकारक राहिले आहेत, त्यामुळे त्यांच्या या शब्दांमध्ये तत्कालिन क्रांतिकारकांच्या मनोभावनांचा सुंदर परिचय दिसून येतो. अशा प्रकारे आंदोलन मध्येच थांबविल्यामुळे चंद्रशेखर आझाद यांचीही मोठ्या प्रमाणात निराशा झाली; पण त्यांची ही निराशा क्षणिक होती. ते ज्या मार्गावरून पुढे निघाले होते, त्यावरून परत फिरण्याचा प्रश्न निर्माण होणे शक्य नव्हते.

क्रांतिकारकांच्या संपर्कात

आंदोलनाची खोलवर असलेली आवड आणि त्यामध्ये सक्रिय सहभाग घेण्याची इच्छा यामुळे चंद्रशेखर आझादांच्या अभ्यासामध्ये, शिक्षणामध्ये व्यत्यय निर्माण झाला होता. परिणामी त्यांनी यापासून मुक्तता मिळविली. शिक्षण सोडल्यानंतर आपल्या कार्यासाठी ते योग्य वातावरणाचा शोध घ्यायला निघाले.

असहकार आंदोलनाच्या आधीही भारतात क्रांतिकारी युवक अनेक वेळा आपल्या कामातून सरकारसमोर आव्हाने निर्माण करीत होते. बनारसही त्यांच्या हालचालीपासून अस्पृश्य राहिले नव्हते. या हालचालीमध्ये बंगालच्या क्रांतिकारकांची भूमिका खूप

महत्त्वाची होती. काही काळासाठी क्रांतिकारी आंदोलन संपल्यासारखे झाले होते. बनारस कटाचे नेते शचींद्रनाथ सान्याल यांना या कटाबद्दल काळ्यापाण्याची जन्मठेपेची शिक्षा तसेच इतर लोकांनाही अनेक प्रकारची शिक्षा झाली होती. इ.स. १९२० मध्ये सर्व राजकीय कैद्यांना सार्वजनिक क्षमा करण्यात आली होती. परिणामी हे सर्व क्रांतिकारक सुटले होते. इकडे असहकार आंदोलन अशा प्रकारे मध्येच स्थगित करण्यात आले होते. त्यामुळे तरूण निराश झाले होते. शचिंद्रनाथ सान्याल यांनी या संधीचा लाभ उठविला. त्यांनी पुन्हा एका क्रांतिकारी गटाची स्थापना केली. सान्याल यांचे मुख्य कार्य क्षेत्र उत्तर प्रदेशच होते. त्यांनी लवकरच क्रांतिकारी गट समर्थ बनविला. याच दिवसांमध्ये बंगालमध्ये अनुशीलन समिती नावाची क्रांतिकारकांची एक संस्थाही कार्य करीत होती. अनुशीलन समितीने बनारसमध्ये कल्याण आश्रम नावाने एका आश्रमाची स्थापना केली होती. हा आश्रम म्हणजे वास्तविक पाहता समितीच्या क्रांतिकारी सदस्यांचे कार्यालय होते.

क्रांतिकारी गट आणि अनुशीलन समिती दीर्घ काळ वेगवेगळे कार्य करीत होते. दोघांचे उद्देश आणि कार्यप्रणाली समान होती, त्यामुळे शेवटी हे दोन्ही एकत्र येऊन दोन्हीही एका गटाच्या स्वरूपात काम करू लागले. या संयुक्त गटाचे नाव 'हिंदुस्थान रिपब्लिक असोशिएशन' ठेवण्यात आले. या असोशिएशनचे उद्देश खालीलप्रमाणे होते.

१. संघटित क्रांतीच्या माध्यमातून गणतंत्राची स्थापना करणे, ज्यामध्ये राज्यांना अंतरिक बाबतीत पूर्ण स्वातंत्र्य असेल.
२. वेड्या नसलेल्या प्रत्येक प्रौढ व्यक्तीला मतदानाचा अधिकार असेल.
३. शोषण विरहीत समाजाची स्थापना.

हे सर्व उद्देश साम्यवादी रशियाच्या शासन प्रणालीमुळे प्रभावित झालेले होते. काही वर्षांपूर्वीच १९१७ मध्ये झालेल्या ऑक्टोबर क्रांतिनंतर सोव्हियत संघात साम्यवादाची स्थापना करण्यात आली होती. 'हिंदुस्थान रिपब्लिक असोशिएशन' चे सदस्य संपूर्ण उत्तर प्रदेशात पसरलेले होते. शाहजहाँपूरमध्ये पंडित रामप्रसाद बिस्मिल, कानपूरमध्ये सुरेश बापू आणि बनारसमध्ये श्री राजेंद्रनाथ लाहिडी, श्री शचींद्रनाथ बक्षी आणि श्री रवींद्रमोहन कार या गटाचे कार्य पुढे नेत होते.

याच काळात बनारसमध्ये चंद्रशेखर आझादही लोकप्रिय झाले होते. त्यामुळे या क्रांतिकारी गटाचा एक सदस्य प्रणवेश त्यांना भेटला. आझादांना भेटल्यावर प्रणवेश खूपच प्रभावित झाला. अशा प्रकारे आझादही 'हिंदुस्थान रिपब्लिक असोशिएशन' चे सदस्य झाले. इथेच त्यांची भेट रामप्रसाद बिस्मिल इ. महान क्रांतिकारकांशी झाली. इथूनच त्यांच्या भावी क्रांतिकारी जीवनाचे नवीन प्रकरण सुरू झाले.

दलाच्या संघटनामध्ये

आझाद हिंदुस्थान रिपब्लिक असोशिएशनचे सदस्य झाले तेव्हा गटाचा सदस्य विस्तार करण्याचे नक्की करण्यात आले. आझाद यांनी या कामामध्ये हिरिरीने सहभाग घेतला. ते ब्राह्मणाच्या वेशात इकडे तिकडे फिरत असत. युवकांना भेटत असत आणि त्यांचे विचार जाणून घेत असत. क्रांतिकारी विचारांच्या युवकांना शोधून त्यांना आपल्या गटाचे सदस्य बनवित असत. अशा प्रकारे त्यांच्या प्रयत्नामुळे थोड्यात काळात गटाच्या सदस्यांची संख्या खूप वाढली. अर्थात या गटाकडे पैशांचा अभाव होता. गटाच्या जनशक्तीमध्ये खूप मोठ्या प्रमाणात वाढ झाली होती, पण गटाकडे साधनांची कमतरता होती. ही उणीव दूर करण्यासाठी गटाच्या सदस्यांची बैठक झाली.

आधी वर्णन केलेला 'कल्याण आश्रम' म्हणजे एक प्रकारे या सदस्यांचे एक क्रांतिकारी केंद्र आणि विचार विनिमय करण्याचे ठिकाण झाले होते. यातील एका खोलीमध्ये विविध प्रकारची वाद्ये ठेवण्यात आली होती. संध्याकाळी काही लोक या ठिकाणी गायन-वादनाचे काम करीत असत. त्याचवेळी आतमध्ये क्रांतिकारकांच्या बैठका संपन्न होत असत. गटाच्या आर्थिक स्थितीवर याच वेळी विचार विनिमय सुरू होता. चंद्रशेखर आझादही या बैठकीला उपस्थित असत. या गटामध्ये रामकृष्ण खत्री नावाचा एक सदस्य होता. जो उदासिन संप्रदायाचा साधू होता. त्याने एक नवीन योजना मांडली. योजना अशा प्रकारे होती की गाजीपूरला निर्मले साधुंचा एक मठ होता. मठातील महंताकडे अमाप धन-संपत्ती होती. शिवाय मठाची आपली अशी वेगळी संपत्ती होती. महंत म्हातारा होत चालला होता आणि आजारी होता.

तो लवकरच या जगाचा निरोप घेईल, अशी आशा होती. त्यामुळे क्रांतिकारकांच्या दलातील एखाद्या सदस्याला महंताचा शिष्य बनवायचे होते, त्यामुळे महंत मेल्यानंतर मठातील सर्व संपत्ती क्रांतिकारकांच्या उपयोगी पडू शकेल. यावेळी महतंला एखाद्या शिष्याची आवश्यकता होती. दलातील सर्व सदस्यांनी या कामासाठी एका सुरात चंद्रशेखर आझाद यांना योग्य समजले. त्यांना पूर्ण खात्री वाटत होती की महंत त्यांना पाहिल्यावर नक्कीच आपला शिष्य करून घेईल. लोकांनी एक मुखाने या कामासाठी चंद्रशेखर आझाद यांचे नाव प्रस्तावित केले. चंद्रशेखर आझाद मात्र याच्याशी सहमत झाले नाहीत. त्यांचे मत हे सर्व म्हणजे धोका आणि फसवणूक होती; पण गटाला धनाची आवश्यकताही होती. त्यामुळे ही सर्व परिस्थिती पाहता आपल्या सोबत्यांच्या दबावाखाली येऊन त्यांना ही गोष्ट मान्य करावी लागली.

महंताचे शिष्य म्हणून

पूर्ण योजना तयार करून ब्रह्मचारी साधूच्या स्वरूपात चंद्रशेखर आझाद गाझीपूरच्या वरील मठामध्ये पोहचले. कपाळावर चंदन, काशाय वस्त्रे परिधान केलेली, रुद्राक्षाची माळा यामुळे त्यांचे व्यक्तिमत्त्व आणखीनच रुबाबदार दिसू लागले होते. आपल्या वैयक्तिक जीवनातही ते ब्रह्मचारी होते. त्यांचे मनमोहक व्यक्तिमत्त्व आणि बलवान शरीर पाहून महंत लगेच सहमत झाले. ते महंताचे शिष्य झाले. त्यांच्या सेवेमुळे आजारी असलेले महंत हळूहळू बरे होऊ लागले.

निर्मल साधू शिख असतात. जे 'गुरू ग्रंथ साहिब' ची उपासना करतात. इथे राहून आझाद यांनी गुरूमुखी लिपी आणि पंजाबी भाषेचे ज्ञानही मिळविले. कारण मठाचा मंहत होण्यासाठी हे सर्व आवश्यक होते.

खरं तर मठामध्ये कोणत्याही प्रकारची कमी किंवा उणीव नव्हती, तरीही आझाद आझाद होते. त्यांना तिथे राहणे बंदिवानासारखे वाटत होते. कुठे एक क्रांतिकारी युवक आणि कुठे हे मठातील जीवन. त्यांची अवस्था पिंजऱ्यामध्ये कैद केलेल्या सिंहासारखी झाली होती. अवघ्या दोन महिन्यात त्यांना या आयुष्याचा कंटाळा आला होता. त्यांची सहन शक्ती संपत आली होती. महंत आजारी आहे त्यामुळे तो लगेच मरून जाईल असे समजून ते तिथे आले होते, पण इथे तर उलटे झाले होते.

मरण्याची गोष्ट तर सोडा, तो महंत आणखी तंदुरूस्त झाला होता. त्यामुळे मग त्यांनी या विषयी आपल्या सोबत्यांना पत्र लिहिले, "महंतांचे निधन होईल अशी काहीही चिन्हे दिसत नाहीत. तुमचा आंदाज योग्य नव्हता. तो दिवसेंदिवस अधिक सशक्त होत चालला आहे. मठाची संपत्ती हातात येईल, ही आशा आपण सोडून द्यायला हवी. मला या बंधनातून मुक्त होण्याची आज्ञा द्यावी."

हे पत्र गटातील सदस्यांना मिळाले. त्यांना कोणत्याही किमतीवर मठाची संपत्ती हातातून जाऊ द्यायची नव्हती. त्यामुळे पत्र मिळताच आणखी दोन सदस्य गोविंद प्रकाश आणि मन्मथनाथ गुप्त साधूच्या वेशात गाजीपूरला पोहचले. गोविंद प्रकाश गुरू आणि मन्मथनाथ शिष्य झाले होते. दोघेही मठात गेले आणि आधी महंताला भेटले. मग चंद्रशेखर आझादांची भेट घेतली. नंतर मग ते मठाच्या परिसरात फिरले. मठ एखाद्या किल्ल्यासारखा होता. चारही बाजूला उंच उंच भिंती होत्या. त्यांनी मठाची संपत्तीही पाहिली. दलाच्या कार्यक्रमासाठी मठ अतिशय उपयुक्त होता. तेथील संपत्ती गट सशक्त करण्यासाठी उपयोगी पडू शकत होती. गोविंद प्रकाश आणि मन्मथनाथ गुप्त यांनी यावर अशा प्रकारे विचार विनिमय केला आणि आझाद यांना तिथेच राहण्याचा सल्ला दिला. आझाद यांना त्यांचे म्हणणे ऐकावे लागले. गोविंद प्रकाश आणि मन्मथनाथ दोघेही परत फिरले.

विवशतेतून घेतलेल्या निर्णयावर अशा प्रकारे ठाम राहणे सहज शक्य होत नाही. चंद्रशेखर आझाद यांनी त्यावेळी आपल्या सोबत्यांच्या दबावाखाली येऊन मठामध्ये राहण्याची गोष्ट स्वीकारली होती, पण त्यांचे मन काही मठात रमत नव्हते. त्यांच्यासाठी आणखी काही काळ तिथे राहणे अशक्य होते. त्यामुळे शेवटी मग एके दिवशी महंताला काहीही न सांगता आझाद गुपचूपपणे बंधनातून मुक्त झाले आणि आपल्या सोबत्यांकडे बनारसला पोहचले.

आझाद अशा प्रकारे मठ सोडून आलेले पाहून त्यांच्या सोबत्यांची खूप मोठी निराशा झाली. हातात आलेला खजिना निसटून गेल्यासारखे त्यांना वाटले. गटाकडे पैशाचा अभाव असल्यामुळे गटाचे काम पुढे सरकत नव्हते. आता आझाद पुन्हा गटाचे संघटन करण्याच्या मागे लागले. त्यांच्या कठोर परिश्रमामुळे पैशांची आवश्यकता काही प्रमाणात भागली, पण त्यामुळे काहीही होऊ शकत नव्हते. त्यामुळे त्यांनी एखादी नवीन योजना आखण्यावर विचार करायला सुरूवात केली.

गटासाठी कर्ज आणि निधी

'हिंदुस्थान रिपब्लिकन असोशिएशन' ने पैसे एकत्रित करण्याची जबाबदारी प्रामुख्याने चंद्रशेखर आझाद यांच्यावर सोपविली. आझाद खूप वेगाने या कामाला लागाले. त्यांचे व्यक्तिमत्त्व अतिशय मनमोहक होते. तसेच बोलणी करण्याच्या कलेतही ते खूप हुशार होते. त्यामुळे त्यांच्या संपर्कात येणारी प्रत्येक व्यक्ती त्यांच्यामुळे प्रभावित झाल्याशिवाय राहत नव्हती. कदाचित त्यांच्या या गुणामुळेच पंडित मोतिलाल नेहरूही प्रभावित झाले होते. इतिहासाच्या पुस्तकात लिहिलेले आढळते की, विविध राजकीय कांडांमध्ये फरार झाल्यानंतर आझाद त्यांना भेटत असत तसेच त्यांच्याकडून आर्थिक सहाय्यता मिळवित असत.

पंडित मोतिलाल नेहरू या गटाला अधून मधून निधी देत असत. राजर्षी पुरुषोत्तमदास टंडन नेहमीच सढळ हाताने क्रांतिकारकांना मदत करीत असत. प्रसिद्ध साहित्यिक शरतचंद्र, कलकत्याचे ॲटर्नी जनरल निर्मलचंद्र तसेच तेथील ॲडव्होकेट जनरल सर एस. एन. सरकार इ. विभूती क्रांतिकारकांना नियमित स्वरूपात निधी देत असत. गटाची सदस्य संख्या सातत्याने वाढत होती. परिणामी खर्चही वाढत होता. पैशांच्या आभावी चंद्रशेखर आझाद आणि त्यांच्या सोबत्यांना भयंकर तंगीचा सामना करावा लागत होता. कधी कधी तर अशी परिस्थिती निर्माण व्हायची की सर्वांना उपाशी रहावे लागायचे. कडाक्याच्या थंडीत साधारण कपड्यांवरच त्यांना रात्र काढावी लागत असे. अशा प्रकारच्या अनेक उणिवा होत्या तरीही या युवकांच्या उत्साहामध्ये मात्र काही कमी निर्माण झाली नव्हती. मातृभूमीच्या स्वातंत्र्याचे कार्य ते अविरतपणे पुढे चालवित होते. हे कार्य पुढे चालविण्यासाठी आझाद यांनी आपल्या मित्रांकडून अनेक वेळा कर्जही घेतले होते. इथे त्यांच्या जीवनातील काही घटनांचे अशा प्रकारे वर्णन केले जात आहे की, ज्यावरून दलाबद्दल असलेल्या त्यांच्या निस्वार्थी प्रेमाची कल्पना येऊ शकेल. असे म्हणतात की एकदा गटाला धनाची अतिशय आवश्यकता होती कारण गटासाठी काही पिस्तुल खरेदी करायची होती. काय करावे? आझाद याच काळजीत बुडालेले होते. दुपारच्या वेळी एक व्यक्ती त्यांच्याकडे आली. त्याने आझाद यांना सांगितले की त्यांचे आई वडील घरी उपाशी मरत आहेत. त्यांच्यासाठी म्हणून त्या व्यक्तीने इकडून तिकडून काही पैसे जमा केले होते. त्याने हे पैसे आपल्या

आई वडिलांकडे पाठवावेत यासाठी चंद्रशेखर आझाद यांना दिले.

पैसे हातात मिळाल्यावर आझाद त्या व्यक्तीशी अशा प्रकारे बोलले,

"या रुपयांसाठी मी तुझे मनापासून आभार व्यक्त करतो. यावेळी आमच्या गटाला या पैशांची जास्त आवश्यकता आहे. परमेश्वराच्या कृपेने तू योग्य वेळी इथे आला आहेस."

आझाद यांचे अशा प्रकारचे बोलणे ऐकून ती व्यक्ती अस्वस्थ झाली. आझाद यांना म्हणाली, "पंडितजी, हे पैसे मी तुमच्या आई- वडिलांच्या मदतीसाठी जमा केले आहेत. ते उपाशी मरत आहेत. अशा वेळी हे पैसे तुम्ही आपल्या गटासाठी कसे काय खर्च करू शकता हे मला कळत नाही ?"

त्यावर आझाद त्याला म्हणाले, "बंधु, देशातील कोट्यावधी लोक उपाशी मरत आहेत. मला फक्त माझ्या आई-वडिलांची नाही तर संपूर्ण देशाची काळजी आहे. त्यामुळे यावेळी पिस्तुल खरेदी करणे अतिशय आवश्यक आहे. देशाची अशी स्थिती असताना फक्त आपल्या कुटुंबाचा विचार करणे स्वार्थ आहे."

त्यांच्या या उत्तराने त्या व्यक्तीला निरूत्तर केले. ती व्यक्ती परत गेली.

अशाच प्रकारे आणखी एका वेळी गटाला पैशांची नितांत आवश्यकता होती. गटाच्या अध्यक्षाने ही समस्या चंद्रशेखर आझाद यांच्या समोर मांडली आणि त्यांना सांगितले की गटाला अतिशय तातडीने चार हजार रुपयांची आवश्यकता आहे. हे पैसे मिळाले नाही तर गटाचे काम अडून राहू शकते. समस्येच्या महत्त्वावर विचार करून आझाद गंभीर झाले. अर्थात संकटाना घाबरणे त्यांना माहीत नव्हते. त्यांनी पैशांची व्यवस्था करण्याची जबाबदारी आपल्या डोक्यावर घेतली आणि अध्यक्षांना निश्चिंत रहायला सांगितले. त्यांचा एक मित्र होता. जो पैशांच्या देण्या-घेण्याचा व्यवहार करीत होता. तो आझाद यांचा अतिशय आदर करीत होता. आझाद त्याच्याकडे गेले. त्यांनी मित्रासमोर आपली समस्या मांडली आणि म्हणाले की मला तातडीने चार हजार रुपयांची आवश्यकता आहे. त्यावेळी त्या मित्राकडेही इतके रूपये नव्हते. त्याने दुसऱ्या दिवशी पैशांची व्यवस्था करण्याचे सांगितले, पण चंद्रशेखर आझाद यांनी तर आपल्या दलाच्या अध्यक्षांना त्याच दिवशी पैशाची व्यवस्था करण्याचे वचन दिले होते. त्यामुळे ते मित्राला म्हणाले की मला लगेच पैशांची आवश्यकता आहे. त्याने कुठूनही इतक्या रकमेच लगेच व्यवस्था करावी. त्याचे व्याजासह सर्व पैसे सहा महिन्याच्या आत परत केले जातील असे त्यांनी त्याला वचन

दिले. मित्रही मोठ्या द्विधेमध्ये सापडला. त्यानंतर मग त्यांच्या या मित्राने आपल्या दुसऱ्या एका मित्राकडून चार हजार रूपये कर्जाऊ घेतले आणि आझाद यांना दिले.

अशा प्रकारे चंद्रशेखर आझाद दलाच्या आवश्यकतेसाठी कोणत्याही प्रकारे कर्ज काढूनसुद्धा पैशांची व्यवस्था करीत असत. चंद्रशेखर आणि त्यांचे सर्व सोबती अतिशय निर्धन अवस्थेत जीवन जगत असत. दलाच्या पैशांचा हिशोब मात्र ते अतिशय सावधपणे आणि प्रामाणिकपणे ठेवीत असत. त्यातील एक पैसाही ते अनाठायी खर्च करीत नसत.

दुकानात मुनिमगिरी

गटाचे हीत लक्षात घेऊन चंद्रशेखर आझाद यांनी एका मिस्त्रीलाही गटाचे सदस्य बनविले होते. जो पिस्तुल बनविण्यामध्ये निपूण होता. त्यामुळे गटाची एक खूप मोठी समस्या सुटली होती. पण दुसऱ्या बाजूला दलाची सदस्य संख्या खूप मोठ्या प्रमाणात वाढली होती. त्यामुळे निधी जमा केल्यामुळे किंवा कर्ज घेतल्यामुळे आर्थिक समस्या काही सुटत नव्हती. गटातील अनेक सदस्य नोकरीही करीत होते, जे आपल्या उत्पन्नातील एक निश्चित भाग गटासाठी देत होते. अशा प्रकारे आझादही एका आचार-लोणची बनविणाऱ्या दुकानात वहीखाते लिहिण्याचे काम करू लागले. तिथून त्यांना जो काही पगार मिळत असे, त्यातील खूप थोडी रक्कम ते स्वतःसाठी ठेवून बाकी सर्व गटाला देत असत.

अशा प्रकारे आझाद यांनी आपले संपूर्ण जीवन गटाला समर्पित केले होते. गटाची आर्थिक स्थिती सुधारण्यासाठी ते सातत्याने प्रयत्न करीत होते. इतकेच नाही तर गटातील प्रत्येक काम करण्यासाठी ते स्वतः आघाडीवर राहत असत. त्यामुळेच दलामध्ये त्यांना 'क्विक सिल्व्हर' म्हणजे पारा म्हटले जात असे.

क्रांतिचे पत्रक

हळूहळू हिंदुस्थान रिपब्लिक असोशिएशनच्या शाखा संपूर्ण उत्तर भारतात कोलकत्त्यापासून लाहोरपर्यंत पसरल्या. त्याचे केंद्र बनारस होते. हत्यारे एकत्रित करण्याचे काम रामप्रसाद बिस्मिल यांचे होते. सर्व हत्यारे बनारसमध्ये एकत्रित करून विविध केंद्रावर पाठविली जात असत. बंदुक, रिव्हॅल्व्हर इ. अनेक प्रकारची

शस्त्रे एका ठिकाणाहून दुसऱ्या ठिकाणी पोहचविणे काही सोपे काम नव्हते. ते प्रथम किंवा द्वितिय श्रेणीच्या डब्ब्यांमधूनच नेता येऊ शकत असत. अनेक प्रकारच्या अडचणींवर मात करून ही शस्त्रे विविध केंद्रांवर पाठविली गेली. अशा प्रकारे दलाच्या विविध केंद्रांवर शस्त्रांस्त्रांचा मोठा साठा जमा झाला होता. त्यामुळे मग आता गटाने सरकारला इशारा देण्याचे ठरविले.

एक योजना आखण्यात आली. त्यानुसार एक पत्रक प्रकाशित करण्यात आले. या पत्रकामध्ये दलाच्या उद्देशाची माहिती करून देण्यात आली. तसेच इंग्रज सरकारच्या विरोधात लोकांनी क्रांती करावी म्हणून अपील करण्यात आले. हे पत्रक पिवळ्या कागदावर प्रकाशित करण्यात आले होते. योजनेनुसार या गोष्टीवर चांगल्या प्रकारे विचार विनिमय करण्यात आला होता की, हे पत्रक सर्व शहरांमध्ये एकाच दिवशी लावले जाईल. असे केले नाही तर पोलीस सावध झाले असते आणि खूप मोठ्या प्रमाणात पत्रके जप्त करण्यात आली असती. त्यामुळे जानेवारी १९२५ मध्ये एकाच दिवशी रंगूनपासून पेशावर पर्यंत लोकांना हे पत्रक दिसले. दलाचे सदस्य स्वतः हे पत्रक घेऊन विविध शहरांमध्ये गेले. प्रत्येक शाळा, कॉलेज, कार्यालय, बाजार, मंदिर, मस्जिद, चर्च, गुरूद्वारे, चित्रपटगृह आणि इतर सर्व सार्वजनिक ठिकाणी हे पत्रक चिटकविलेले आढळून आले. हे काम इतक्या सावधगिरीने आणि गुप्तपणे करण्यात आले की कोणाला त्याची कानोकान खबर झाली नाही.

बनारसमध्ये पत्रके चिटकविण्याचे आणि वाटण्याचे काम चंद्रशेखर आझाद यांनी केले. त्यांनी अतिशय हुशारीने कार्यालयातील कर्मचाऱ्यांना आपल्या जोडीला घेऊन त्यांच्या हातानेच पत्रके वाटण्याचे काम केले. दलामध्ये त्यांच्या या कामाचे कौतुक करण्यात आले.

या कामामुळे क्रांतिकारी गट देशभर प्रसिद्ध झाला. या गटाचा विस्तार इतक्या मोठ्या प्रमाणात आहे असाकोणी स्वप्नात सुद्धा विचार केला नव्हता. यामुळे सरकार काळजीत पडले. पोलीस आणि गुप्तचर विभाग या गटाचा शोध घेण्यासाठी प्राणपणाने कामाला लागले.

प्रकरण तिसरे

साध्य आणि साधने

सुरूवातीला क्रांती शब्दाचा अर्थ हिंसेच्या मार्गाने सत्ता परिवर्तन करणे हाच होता. आज क्रांती हा शब्द अनेक अर्थांनी वापरण्यात येत आहे, जसे हरित क्रांती, किंवा औद्योगिक क्रांती, इ. क्रांतिपथावर चालणाऱ्या पथिकासाठी आपला देश स्वतंत्र करणे हेच सर्वोतोपरी साध्य होते. त्यामध्ये साधनांच्या पवित्रतेकडे विशेष लक्ष दिले जात नसे. भारतच नाही तर आयर्लंड आणि सोव्हियत रशियामधील क्रांतिकारकांनीही आपले साध्य साधण्यासाठी हिंसक मार्गांचा अवलंब केला होता. या क्रांतिकारकांकडे उत्पन्नाची तर काही साधने नव्हती, पण आपल्या मार्गावर पुढे जाण्यासाठी त्यांना धनाची आवश्यकता पडत असे, निधी गोळा करूनही आर्थिक अडचणींवर काही मात करता येत नसे. त्यामुळे विवश होऊन त्यांना प्रसंगी दरोडेही घालावे लागले.

वीसाव्या शतकाच्या सुरूवातीपासूनच बंगालमधील क्रांतिकारकांनी क्रांतिसाठी दरोडे घालण्याला आपल्या कार्यपद्धतीचा एक भाग बनविले होते. बंगालमधील प्रसिद्ध नियतकालिक 'युगांतर' मधील एका लेखावरून याची माहिती मिळते की, पवित्र साध्यासाठी दरोडे घालण्याला क्रांतिकारक अयोग्य समजत नसत.

एके दिवशी सकाळी सुबोध मलिक यांच्या घरी विविध गल्लीतील प्रतिनिधींची एक बैठक झाली. ही गोष्ट इ.स. १९०६-०७ मधील आहे. पी. मित्र बैठकीचे सभापती होते. गुप्त समितीसाठी धन गोळा करण्यासाठी दरोडे घालण्याचा प्रस्ताव समोर आला. त्यावर काही लोक असे म्हणाले की दरोडे देशातील लोकांच्या घरावर

घालण्याऐवजी सरकारी खजिन्यावर घालायला हवेत. यावर इतर काही सदस्य असे म्हणाले की सरकारी खजिना लुटण्यासाठी ज्या शक्तीची आवश्यकता असते, ती मिळविण्यासाठी सुरूवातीला देशवासीयांवर दरोडे घालावे लागतील. ही तर गोष्ट स्पष्ट होती की श्रीमंत लोक यासाठी पैसे देणार नाहीत. नंतर श्री अरविंद घोष यांनी समजावले की स्वातंत्र्यासाठी दरोडे घालण्यामुळे ज्या राजकीय दोषाची कल्पना केली जाते, तो पूर्णतः निराधार आहे. शेवटी रंगपूरचा एक प्रतिनिधी म्हणाला की दरोडे घालून आपण जे काही मिळवू त्याचा योग्य प्रकारे हिशोब ठेवायला हवा आणि स्वातंत्र्य मिळाल्यानंतर ज्याच्याकडून जे घेतले आहे, त्याला ते योग्य प्रकारे परत करायला हवे. या प्रस्तावाचे अरविंद घोष यांनी समर्थन केले आणि तो मंजूर झाला.

हे क्रांतिकारक या नियमाचे पूर्णपणे पालन करीत असत. दरोडा घातलेल्या व्यक्तीच्या घरी त्याच्याकडून लुटलेल्या धनाची पावती पाठविली जात असे. इ.स. १९१६ मध्ये कलकत्ता येथील गोपराय भागात एक दरोडा पडला. या दरोड्याचे नेतृत्त्व श्री अतुल्य घोष आणि श्री पुलिन बॅनर्जींनी केले होते. नंतर लुटलेल्या घराच्या मालकासाठी एक पत्र पाठविण्यात आले. त्यामध्ये लिहिले होते, "आमच्या स्वातंत्र्य कोषात तुमच्याकडून कर्जाच्या स्वरूपात ९८८१ रू. ५ न.पै. जमा झाले आहेत. स्वातंत्र्य मिळाल्यावर ही रक्कम व्याजासह परत केली जाईल."

या दरोड्यांच्या औचित्यावर प्रकाश टाकताना श्री मन्मथनाथ गुप्त आपले पुस्तक 'भागत सिंग आणि त्यांचे युग' मध्ये अशा प्रकारचे विचार व्यक्त करतात. त्यांचा आशय असा आहे, "क्रांतिकारक आपल्या घरातूनही आपल्या गटासाठी दागिने चोरीत असत. बंगालमध्ये एका क्रांतिकारकाने आपल्या घरावरच दरोडा टाकायाला भाग पाडले होते. पैशांचा हिशोब अतिशय काळजीपूर्वक ठेवला जात असे. चंद्रशेखर इ. सर्व अतिशय गरिबीतले जीवन जगत असत. आयर्लड आणि सोव्हियत रशियामधील क्रांतिकारकांनीही दरोडे टाकले होते. स्टालिनही बाकूजवळ घातलेल्या एका दरोड्यामध्ये सहभागी झाले होते. इंग्लंडमधील सोव्हियत संघाचे पहिले राजदूत क्रासिनही दरोड्यामध्ये सहभागी झाले होते. याला परदेशी क्रांतिकारकांनी जबरदस्तीने वसूल केलेला निधी म्हणत असत. सिडीशन कमिटीच्या रिपोर्टनुसार एक दरोडा घातल्यावर क्रांतिकारकांनी पावती मागे सोडली होती, 'इतकी रक्कम

घेतली आहे. भारत स्वतंत्र झाल्यावर कर्ज परत केले जाईल.”

क्रांतिकारकांसमोर धनाची समस्या नेहमीसाठीच उभी होती. चंद्रशेखर आझाद क्रांतिकारी गटात सहभागी झाले तेव्हा या गटाचा सदस्य म्हणून त्यांनाही या समस्येचा सामना करावा लागला. या समस्येमुळे दलातील सदस्यांसाठी जेवण आणि कपडे यासारख्या मुलभूत सुविधा पुरविण्यातही अडचणी निर्माण होत असत. कधी कधी तर सदस्यांसाठी जेवण उपलब्ध करणेही अवघड होत असायचे. कधी कधी तर क्रांतिकारकांना भिकाऱ्यांप्रमाणे लंगरमध्ये जाऊन आपली क्षुधा शांत करावी लागायची. अशा ठिकाणी जेवण करणे आझाद यांना अतिशय अपमानास्पद वाटत असे. याच्याबरोबरीने गटाच्या इतरही अनेक आवश्यकता असायच्या. या सर्व समस्यांचे निराकरण करण्यासाठी श्रीमंत लोकांच्या घरी दरोडे घालण्याची योजना आखण्यात आली.

गटाच्या कार्यासाठी दरोडे

दुसरा कोणताही मार्ग शिल्लक नसल्यामुळे गटाने दरोडे घालायला सुरूवात केली. पंडित रामप्रसाद बिस्मिल दरोड्याच्या वेळी गटाचे नेतृत्त्व करीत असत. गटाच्या वतीने अशा प्रकारचा पहिला दरोडा प्रतापगढ जवळील एका गावात प्रमुखाच्या घरी टाकण्यात आला. रामप्रसाद आपल्या सोबत्यांना घेऊन दरोडा घालण्यासाठी निघाले. गावाच्या बाहेर गावातीलच काही लोकांशी त्यांची भेट झाली. तुम्ही कुठे चालला आहात म्हणून गावातील लोकांनी त्यांना विचारले. त्यावर गटातील सदस्यांना गावातील प्रमुखाने जेवणासाठी बोलावले आहे, असे त्यांना सांगितले.

चंद्रशेखर आझादही या दरोड्यामध्ये सहभागी होते. प्रमुखाच्या घरी पोहचल्यावर दरोडा टाकण्याच्या आधी बिस्मिलने आपल्या सोबत्यांना सूचना दिली की, “दलाचा उद्देश फक्त धन मिळविणे इतकाच आहे. कोणाची हत्या करणे नाही. त्यामुळे फक्त धनच लुटायचे आहे. त्याचबरोबर घरातील महिलांसोबत कोणीही असभ्यपणे वागू नये, ही गोष्ट सर्वांनी लक्षात ठेवावी.” सोबती घरात घुसले आणि रामप्रसाद बिस्मिल स्वतः हातात पिस्तुल घेऊन बाहेर उभे राहिले. म्हणजे बाहेरून कोणी मदतीसाठी

आलेली व्यक्ती आत जाणार नाही.

गटातील लोक आतमध्ये जाऊन लूटमार करू लागले. घरामध्ये आरडा ओरडा सुरू झाला. स्त्रियांसोबत कोणत्याही प्रकारची बळजबरी न करण्याचा सल्ला देण्यात आला होता. त्यांच्या या वागण्याचा फायदा घेत एका महिलेने चंद्रशेखर आझाद यांच्या हातातील पिस्तुल काढून घेतले. महिलेवर हात घातला जाऊ शकत नव्हता. तसेच इकडे आरडा ओरडा ऐकून गावातील लोक एकत्र होऊ लागले होते. त्यांची संख्या सातत्याने वाढत होती. रामप्रसाद बिस्मिल त्यांना अडविण्यासाठी उभे होते. स्थिती गंभीर झाली होती, पण कोणाचीही हत्त्या करायची नव्हती. तेव्हा बिस्मिल यांनी आपल्या सोबत्यांना पळून जाण्याचा इशारा केला. सर्व सोबती पळून गेले. इथून त्यांच्या हाती काही लागले नाही, उलट एक पिस्तुल मात्र गमावावे लागले. अशा प्रकारे पहिल्याच दरोड्याच्या वेळी गटाला अपयश आले.

त्यानंतर दुसरा दरोडा एका जमिनदाराच्या घरी टाकण्यात आला. सर्व क्रांतिकारक घरात लुटालूट करीत होते. याच दरम्यान गटातील एका सदस्याची नजर घरातील एका तरूण मुलीवर पडली. तिला पाहताच त्या तरूण सदस्याचे मन डळमळीत झाले. तो त्या मुलीसोबत असभ्यपणे वागू लागला. चंद्रशेखर आझाद याने त्याला पाहिले आणि तसे न करण्याच सल्ला दिला. पण त्याने मात्र त्याकडे काहीही लक्ष दिले नाही. उदार चारित्र्य असलेल्या आझाद यांना हे सहन झाले नाही, त्यांना राग आला आणि त्यांनी आपल्याच गटातील सदस्यावर गोळी चालविली. त्यानंतर त्यांनी त्या मुलीसोबत असभ्यपणे वागल्याबद्दल तिची क्षमा मागितली. तिथून काहीच लूट न घेता ते परत फिरले. अशा प्रकारे दुसऱ्या दरोड्यातही त्यांच्या हाताला काही लागले नाही.

आपल्या एका मित्राकडून गटाच्या कार्यासाठी चार हजार रुपये कर्जाऊ घेतले होते. हे पैसे सहा महिन्यात सव्याज परत फेड करायचे होते. याचा उल्लेख मागील प्रकरणात आला आहे. त्या मित्रानेही हे पैसे दुसऱ्या कोणाकडून तरी घेऊन दिले होते. आता त्याला तीनच महिने झाले होते तोच तो मित्र आझादांकडे आला आणि म्हणाला की ज्याच्याकडून आपण पैसे घेतले होते, ती व्यक्ती आता आपले पैसे परत मागत आहे. त्यामुळे त्याने आजाद यांना पैसे परत देण्याची विनंती केली. आझाद खूपच गोंधळून गेले. त्यांनी आपल्या त्या मित्राला आपली अडचण सांगितली आणि म्हणाले की मी केलेल्या वायद्यानुसार त्याचे पैसे सहा महिन्यात नक्कीच परत दिले जातील.

त्यावर त्या व्यक्तीने आपली विवशता त्यांच्यासमोर मांडली आणि सांगितले की आता आपल्या जवळही पैसे नाहीत. नाही तर मी स्वतः ते पैसे परत केले असते. तसेच ते पैसे परत करण्याची नितांत आवश्यकता होती. मित्राची विवशता पाहून आझाद यांनी त्याला वचन दिले की, लवकरच पैसे त्याच्या घरी पोहचविले जातील.

मित्राला दिलेल्या वचनाचे पालन करणे आवश्यक होते, पण पैसे कसे परत करणार? याच गोंधळात ते थोडा वेळ विचार करीत राहिले. त्यानंतर आझाद अशा निर्णयावर पोहचले. त्यांनी मनातल्या मनात कार्यक्रमाची रूपरेषा तयार केली.

आझाद तेव्हा दिल्लीमध्ये होते. भर दुपारी आपली योजना कार्यान्वित करण्यासाठी ते बाहेर पडले आणि चांदणी चौकात पोहचले. दिल्लीतील सर्वाधिक व्यस्त आणि सर्वाधिक गर्दी असलेल्या भागांपैकी चांदणी चौक एक आहे. त्यांच्यासोबत त्यांचे इतरही पाच-सहा सोबती होते. सुंदर नवीन कपड्यांमध्ये सजलेले आझाद एका जावहिऱ्याच्या दुकानांसमोर जाऊन उभे राहिले. त्यांनी आपल्या सोबत्यांना बाहेरच उभे राहण्याला सांगितले आणि स्वतः दुकानात गेले. आत जाऊन ते जवाहिऱ्यांशी दागिने आणि इतर गोष्टींबद्दल चर्चा करू लागले. तोच त्यांनी आपल्या सोबत्यांना इशारा केला. इशारा मिळताच त्यांचे सर्व सोबत दुकानात घुसले. जवळपासच्या लोकांना काहीही कळले नाही आणि आझाद आपल्या मित्रांसह पंधरा हजार रुपये लुटून पळून गेले.

चार हजार रूपये त्या मित्राला वेळेवर परत करण्यात आले. रुपये परत दिल्यावर हे पैसे कुठून मिळाले हे जाणून घेण्याचा त्या मित्राने प्रयत्न केल्यावर आझाद यांनी सर्व कथा सांगितली. त्यावर आझाद यांच्या मित्राचे म्हणणे असे होते की अशा प्रकारे निरापराध लोकांना लुटणे योग्य नाही. हे पाप समजायला हवे. तेव्हा आझाद त्याला म्हणाले, “माझ्यासाठी देशाचे स्वातंत्र्य सर्वात महत्त्वाचे आहे. ते मिळविण्यासाठी मी पाप किंवा पूण्याचा विचार करीत नाही. या श्रीमंताना लुटणे मला पाप वाटत नाही. हे लोक गरीब लोकांचे रक्त शोषूण श्रीमंत होत असतात. वास्तविक पाहता या लोकांकडे जमा असलेले धन ही देशाची संपत्ती आहे. त्याचा देशाच्या कामासाठी वापर करणे काहीही पाप असत नाही.” हे ऐकल्यावर त्यांचा मित्र निरूत्तर झाला.

चंद्रशेखर आझाद यांचे संपूर्ण क्रांतिकारी जीवन दोन भागांमध्ये विभागले जाऊ शकते. काकोरी कांडापर्यंत ते ‘हिंदुस्थान रिपब्लिकन असोशिएशन’ चे सदस्य होते.

इथे त्यांनी सचिंद्रनाथ सान्याल यांच्या नेतृत्त्वाखाली काम केले. तेव्हा रामप्रसाद बिस्मिल वगैरे क्रांतिकारक त्यांच्या सोबत होते. याला त्यांच्या क्रांतिकारी जीवनाचा पूर्वार्धही म्हटले जाऊ शकते. या कांडानंतर त्यांनी भगतसिंग वगैरे सोबत मिळून क्रांतिकारी कारवाया केल्या. हा त्यांच्या क्रांतिकारी जीवनाचा उत्तरार्ध आहे.

गर्व्हनरचा सेक्रेटरी बनून फसवणूक

त्यांच्या या उत्तरार्धातील जीवनातही अनेक प्रकारच्या दरोड्याच्या योजना आखण्यात आल्या होत्या, पण भगतसिंग मात्र सामान्य लोकांवर दरोडे टाकण्याच्या बाजूने नव्हते. त्यामुळे त्यांनी दरोडे तर टाकले नाहीत, पण इतर मार्गांचा अवलंब करुन धन मात्र गोळा केले. ते स्वतः आपल्या गटाचे अध्यक्ष होते. एकदा त्यांनी कानपूरच्या एका सेठजीकडून गर्व्हनरचा सेक्रेटरी असल्याचे सांगून पंधरा हजार रूपये ठकविले होते.

घटना अशा प्रकारची आहे, रात्रीचे जवळपास नऊ वाजत आले होते. सेठ दिलसुख राय आपल्या मुनिमांसोबत बसून वही खात्याची तपासणी करीत होते. तोच सेठजीच्या नोकराने जाऊन त्यांना सांगितले की कोणी तरी साहेब त्यांना भेटण्यासाठी आले आहेत. सेठजींनी त्या साहेबांसोबत बोलण्यासाठी आपल्या मुनिमाला पाठविले. मुनिमजी त्या लोकांशी बोलण्यासाठी आले आणि परत जाऊन सेठजींनी म्हणाले की गव्हर्नर साहेबांचे सेक्रेटरी आले आहेत. त्यांच्यासोबत त्यांचा एक बाबू आणि एक सेवकही आहे. त्या लोकांना आताच तुम्हाला भेटायचे आहे. इतके ऐकल्यावर सेठजी स्वतः त्यांना भेटण्यासाठी गेले. आदराने त्यांना आत घेऊन आले. हात जोडून सेठजींनी सेक्रेटरींना येण्याचे कारण विचारले. त्यावर सेक्रेटरी साहेब म्हणाले, "युद्धामध्ये सराकरकडे पैशांची कमतरता निर्माण झाली आहे. त्यामुळे ते मोठ्या मोठ्या श्रीमंत लोकांकडे निधी मागत आहेत. त्यासाठी मी गव्हर्नर साहेबांकडून तुमच्याकडे निधी मागण्यासाठी आलो आहे."

"तुम्हाला त्रास घेण्याची काय आवश्यकता होती, मला सांगितले असते. मी स्वतः तुमच्या सेवेशी सादर झालो असतो. " सेठजी म्हणाले.

"मी तुमच्याकडे आलो काय किंवा तुम्ही माझ्याकडे आलात काय, गोष्ट तर सारखीच आहे. त्यामुळे काय फरक पडतो?"

"हा तर तुमचा मोठेपणा आहे, सरकार. तुम्ही माझ्या घरी येण्याची कृपा

केलीत. कृपा करून सांगा की मला किती सेवा करावी लागेल?"

"सेठजी, गर्व्हनर साहेबांनी स्वतः लोकांचा इन्कम टॅक्स पाहून निधी नक्की केला आहे. त्यानुसार तुमच्या नावावर पंधरा हजार रूपये टाकले आहेत."

रक्कम काहीशी मोठी होती. सेठजींचा निराश झालेला चेहरा पाहून सेक्रेटरीनी आपला दुसरा फासा टाकला, "तुम्ही काही सामान्य व्यक्ती नाहीत. तुम्ही जो काही आयकर भरता ते पाहता ही रक्कम काही तुमच्यासाठी मोठी नाही. महामहीम गर्व्हनर तुमच्यावर भलतेच खुश आहेत. ते पुढच्या वर्षी तुम्हाला रायबहादूरचा सन्मान देणार आहेत."

रायबहादूर सन्मानाचे नाव ऐकताच सेठ दिलसुखराय यांच्या आनंदाला पारावार राहिला नाही. संधीचा फायदा घेत सेक्रेटरी पुन्हा म्हणाले, "पुढच्या वर्षी ज्या लोकांना हा सन्मान दिला जाणार आहे, त्या यादीमध्ये तुमचेही नाव आहे. तुम्ही रायबहादूर झाले आहेत, असेच समजा. आता तर फक्त औपचारिकता पूर्ण होणे बाकी आहे."

रायबहादूर पदवी मिळणे त्या काळी अतिशय सन्मानाची बाब समजली जात होती. अशा प्रकारे आपोआप इतका मोठा सन्मान मिळणार असल्याचे ऐकल्यावर आपला आनंद दाबून ठेवणे शेठजीला खूप अवघड झाले होते, नाही तरी त्यांच्या मनात आनंदाच्या उकळ्या फुटत होत्या. यावेळी ते काय विचार करीत होते काय माहीत? इकडे सेक्रेटरी साहेब आणि त्यांचे सोबतही सेठजीच्या मनातली गोष्ट समजून चुकले होते. मनातल्या मनात हासत होते. त्यांनी सेठजीचे खूप कौतुक करीत त्यांना या गोष्टीची पूर्ण खात्री दिली की आता त्यांच्यापासून ही पदवी कोणीही हिरावून घेऊ शकत नाही. बोलता बोलता सेठजींनी पंधरा हजार रुपयांचा निधी त्यांच्या ताब्यात दिला. सेक्रेटरी साहेब पावती पुस्तक सोबतच घेऊन आले होते. सोबत आलेल्या कारकुनाने रशिद बनवून सेठजींना दिली. सेक्रेटरी साहेब आपला बाबू आणि चपराशासोबत परत निघून गेले. बिचारी सेठजी आता आपल्याला रायबहादूरची पदवी मिळणार आहे म्हणून आनंदाने वेडे व्हायचेच राहिले होते.

थोड्याच वेळात नोकराने सेठजींना पोलिस आल्याची माहिती दिली. तेवढ्यात एक सीआयडी इन्सपेक्टर चार-पाच शिपायांसोबत आत आला. आत येताच त्याने सेठजींनी विचारले, "आता तुमच्या इथे कोण आले होते?"

"गव्हर्नर साहेबांचे सेक्रेटरी आले होते, निधी मागण्यासाठी." सेठजी म्हणाले.

"त्यांच्यासोबत आणखी कोण कोण होते? "

"त्यांच्यासोबत त्यांचा कारकून आणि एक चपराशी होता."

इन्सपेक्टरने त्यांचे रंग-रूप, आकार, वागणे, बोलणे याबद्दल चौकशी केली. सेठजीने पूर्ण चेहरा सांगितला. त्यावर इन्सपेक्टरने विचारले, "तुम्ही त्यांना निधी दिलात का?"

"होय, साहेब." सेठजी म्हणाले.

"किती?"

"पंधरा हजार रूपये."

तेव्हा इन्सपेक्टरने सांगितले, "सेठजी, तुमची फसवणूक करण्यात आली आहे. तुमच्यासोबत खूप मोठा धोका झाला आहे. हे तिघे सेक्रेटरी, बाबू किंवा चपराशी कोणीही नव्हते. ते तर चंद्रशेखर आझाद, भगतसिंग आणि राजगुरू होते."

सेठजी थंडगार पडले होते. त्यांना सारी पृथ्वी फिरल्याचा भास होत होता. त्यांच्या आपल्या कानांवर विश्वासच बसत नव्हता. त्यांना ते पंधरा हजार रूपयांचा चुना लाऊन गेले होते. त्यांना आपल्या मुनिमावर संताप आणि आपल्या स्वतःच्या मूर्खपणावर रडायला येत होते.

गाडोदिया स्टोअर दरोडा

भगतसिंगाना अटक केल्यावर गटाचे कार्य चंद्रशेखर आझाद यांनी सातत्याने सुरू ठेवले होते. बॉम्ब तयार करण्याचे आणखीही काही कारखाने सुरू होते, पण गटाचे अनेक प्रमुख सदस्य अटक झाले होते. अशा वेळी शांतपणे बसून राहणे आझादांना माहीत नव्हते. त्यामुळे धनाच्या अभावाची पूर्तता करण्यासाठी ६ जून १९३० रोजी दिल्लीतील एका मोटार कंपनीवर दरोडा टाकण्यात आला. हा दरोडा गाडोदिया स्टोअर दरोडा या नावाने ओळखला जातो. या दरोड्याचे नेतृत्त्व आझाद यांनी स्वतः केले होते. त्यांच्याशिवाय या गटाचे इतर सदस्य काशीराम, धन्वंतरीत आणि विद्याभूषण इ. त्यांच्यासोबत होते. या दरोड्यामध्ये तेरा हजार रूपये त्यांच्या हाती लागले होते.

या दरोड्यातील सुखद आणि आश्चर्यकारक बाब अशी आहे की, या स्टोअरच्या मालकाला जेव्हा हे कळले की हा दरोडा क्रांतिकारकांनी टाकला आहे, तेव्हा त्याने चौकशीसाठी हे प्रकरण पुढे नेले नाही. या दरोड्याची माहिती लाहोर कांडामध्ये साक्षिदार झालेल्या गटातील सदस्य कैलाशपती यांच्या बयाणामुळे पुढे आली.

काकोरी कांड

प्रत्येक वेळी प्रयत्न करूनही क्रांतिकारी गटाला नेहमी आर्थिक चणचण भासत असे. त्यामुळे गटाचे कार्यक्रम योग्य पद्धतीने कार्यान्वित होत नसत. त्यामुळे शेवटी दलाने एखादे मोठे पाऊल उचलण्याचा निर्णय घेतला. या विषयी पंडित रामप्रसाद बिस्मिल यांनी आपल्या आत्मचरित्रात लिहिले आहे,

यावेळी समितीची आर्थिक स्थिती अतिशय बिकट होती. रुपयांची व्यवस्था करणे नितांत आवश्यक झाले होते. पण हे करावे कसे? दान किंवा देणगी कोणी देत नव्हते, कर्जही मिळत नव्हते. दुसरा कोणताही उपाय दिसत नाही असे पाहून मग दरोडा टाकण्याचा निर्णय झाला. एखाद्या विशिष्ट व्यक्तीच्या वैयक्तिक संपत्तीवर दरोडा टाकणे आम्हाला योग्य वाटत नव्हते. त्यामुळे आम्ही विचार केला की लुटायचाच असेल तर सरकारी माल का लुटू नये? अशाच प्रकारच्या विचारात एके दिवशी मी रेल्वेने जात होतो. गार्डच्या डब्ब्या जवळील डब्ब्यामध्ये मी बसलो होतो. स्टेशन मास्टर एक थैली घेऊन आला आणि त्याने ती गार्डच्या डब्यामध्ये टाकली. काही धडाधड आवाज झाला म्हणून मी खाली उतरून पाहिले. एक लोखंडी पेटी ठेवली होती. मी असा विचार केला की आताची थैली यामध्येच टाकण्यात आली आहे. पुढच्या स्टेशनवर त्या लोखंडी पेटीमध्ये थैली टाकताना मी पाहिले. मी असा आंदाज केला की डब्ब्यामध्ये लोखंडी पेटी लोखंडी साखळ्यांनी बांधलेली असेल. त्या साखळ्यांना कुलूप लावलेले असेल आणि आवश्यकता पडल्यावर कुलूप उघडून ती मोठी पेटी उतरवून घेतली जात असेल. त्यानंतर थोड्याच दिवसांनी लखनौ स्टेशनवर जाण्याची संधी मिळाली. मी तिथे पाहिले की एका डब्ब्यातून लोखंडी पेटी असलेला खजिना काही हमाल खाली उतरवित आहेत. निरीक्षण केल्यावर कळले की त्या पेटीला साखळ्या कुलूप काही नसायचे. ती पेटी अशीच ठेवीत असत. त्याच वेळी निश्चय केला की आता यावरच हात मारायचा. त्याच वेळी धून स्वार झाली. लगेच स्टेशनवर जाऊन टाईम टेबल पाहिला. त्याच वेळी आंदाज केला की सरहानपूरपासून निघालेल्या या ट्रेनमध्ये लखनौपर्यंत रोज किमान दहा हजार रूपयांची तरी कमाई होत असेल."

यावरून स्पष्ट होते की ही योजना रामप्रसाद बिस्मिल यांच्या डोक्यात तयार झाली होती. शेवटी त्यासाठी ९ ऑगस्ट १९२५ हा दिवस नक्की करण्यात आला. त्यासाठी गटातील दहा तरुण सदस्यांची निवड करण्यात आली. पं. रामप्रसाद बिस्मिल, अशफाकउल्ला खाँ, राजेंद्रनाथ लाहिडी, चंद्रशेखर आझाद, मन्मथनाथ गुप्त, बनवारीलाल, शचींद्रनाथ बक्शी, मुरारीलाल, केशव चक्रवर्ती आणि मुकुंदीलाल.

८ डाऊन पॅसेंजर गाडी सरहानपूरपासून निघत होती आणि तिच्यामध्ये सर्व

स्टेशनवरून जमा होणारा महसूल एकत्र करून लखनौला पोहचविला जात असे. त्यामुळे ठरलेल्या वेळी हे वीर आपल्या कामगिरीवर निघाले. या विषयी मन्मथनाथ गुप्त लिहितात, "आम्ही सर्व जण ९ तारखेला संध्याकाळी शाहजहांपूरहून शस्त्रे, छन्नी, घन, हातोडे, असे सर्व साहित्य सोबत घेऊन गाडीमध्ये स्वार झालो. या गाडीमध्ये रेल्वेच्या खजिन्याशिवाय दुसराही एखादा खजिना नेला जात होता. ज्याच्या सोबत बंदूकधारी पहारा होता. याशिवाय गाडीमध्ये इतरही काही बंदूकधारी होते. गोऱ्या शिपायांच्या काही फलटणीही हत्यारासह उपस्थित होत्या. आमच्या स्वंयसेवकाने आम्हाला ही बातमी दिली तेव्हा आम्ही गोंधळून गेलो. श्री अशफाक यांनी आपला विरोध पुन्हा एकदा लोकांच्या माथी मारण्याचा प्रयत्न केला, पण आम्ही आता निघालो होतो. आम्ही आता इतके पुढे निघून गेलो होतो की आमचे माघारी फिरणे शक्य नव्हते. शिवाय आम्हालाही परत जायचे नव्हते. एक महत्त्वाची गोष्ट अशी होती की, अशफाक विरोध करीत होते, पण आपले काही एक चालत नाही असे लक्षात आल्यावर त्यांनेही कंबर कसली. त्याचे सुंदर मोठे मोठे डोळे तेजाने विस्फारले गेले. त्यानंतर मग आपली भूमिका पार पाडण्यासाठी तो अतिशय धाडसाने आणि साहसाने तयार झाला."

श्री अशफाकउल्ला, राजेंद्र लाहिडी आणि शचींद्रनाथ बक्षी द्वितीय श्रेणीच्या डब्यातून प्रवास करीत होते, तर इतर सर्व लोक तृतीय श्रेणीच्या डब्यामध्ये बसले होते. काही लोकांना द्वितीय श्रेणीच्या डब्यामध्ये विशेष उद्देशाने बसविण्यात आले होते. गाडीला काकोरीवर साखळी ओढून थांबवायचे होते. तृतीय श्रेणीच्या डब्यातील साखळ्या बहुतेक करून खराब अवस्थेत असतात.

या गटाकडे चार नवीन माउजर पिस्तुल, प्रत्येकासाठी पन्नासपेक्षा जास्त काडतुसे, आणि इतर काही लहान मोठी शस्त्रे होती. काकोरी लखनौ जिल्ह्यातील एक लहानसे गाव होते. हे ठिकाण थोडेसे दूर राहिल्यावर साखळी ओढून गाडी थांबविण्यात आली. गाडी थांबल्यावर प्रवासी उतरून गार्डच्या डब्ब्याच्या दिशेने जाऊ लागले. काही जण खिडकीतून डोके बाहेर काढून पाहू लागले. इतक्यात गार्डही रेल्वेतून खाली उतरला. ज्या डब्ब्यातून साखळी ओढली होती, त्या डब्ब्याच्या दिशेने जाऊ लागला. क्रांतिकारक लगेच डब्ब्यातून उतरले. त्यांनी प्रवाशांना डब्ब्यांमध्ये चढण्याचा आदेश दिला आणि गार्डला जमिनीवर झोपायला सांगितले. म्हणजे त्याच्याशिवाय

गाडी पुढे जाऊ शकणार नाही. दोन दोन माणसे पटरीपासून काही अंतरावर उभे राहिले. त्यांच्या हातात माऊजर पिस्तोल होते, जे दहा गज अंतरापर्यंत मारा करू शकत होते. त्यांना थांबून थांबून आकाशात हवाई फैरी झाडायला सांगण्यात आले होते. एका युवकाने मात्र मूर्खपणा करीत समोरच्या दिशेने गोळी चालविली. तो गोळी एका प्रवाशाचा प्राण घेऊन गेली. ती व्यक्ती महिलांच्या डब्यांमध्ये बसलेल्या आपल्या पत्नीचे सांत्वन करण्यासाठी जात असण्याची शक्यता होती.

गटाचे उर्वरित सदस्य गार्डच्या डब्ब्यामध्ये चढले. लोखंडी पेटी खाली उतरविण्यात आली. पेटी फोडण्यात आली. त्यातून काढण्यात आलेल्या थैल्यांचे एका चादरीमध्ये गाठोडे बांधण्यात आले. त्याच वेळी लखनौवरून एखादी मेल किंवा एक्सप्रेस गाडी येत होती. त्यामुळे क्रांतिकारकांना शंका आली की ती गाडी थांबणार तर नाही ना? त्यामध्ये काही सशस्त्र सैनिक तर नसतील ना? या घटनेचा तपशील श्री मन्मथनाथ गुप्त यांनी अशा प्रकारे दिला आहे,

"थैल्या काढून चादरीमध्ये बांधण्यात आल्या. त्याच वेळी लखनौवरून एखादी मेल किंवा एक्सप्रेस ट्रेन येत असावी. ही गाडी अतिशय वेगाने येत होती. आमची हृदये वेगाने धडकत होती. आम्ही असा विचार करू लागलो की ही गाडी थांबली आणि तिच्यातून काही सशस्त्र सैनिक उतरले तर आमच्यातील दोन-चार तरी नक्कीच शहीद होतील. जाऊद्या ती गाडी कशी तरी निघून गेली. गाडी आमच्या जवळ आली तेव्हा आम्ही आमच्या बंदुका लपविल्या होत्या. गाडी निघून गेल्यावर आम्ही परत आपले काम सुरू केले. अतिशय वेगात म्हणजे दहा मिनिटांपेक्षा कमी काळात आम्ही हे काम पूर्ण केले. थैल्या घेऊन झाडीमध्ये पसार झालो.

या लुटीनंतर क्रांतिकारक लखनौच्या दिशेने निघून गेले. वाटेमध्ये थैल्यामधील पैसे काढून घेऊन कातड्याच्या पिशव्या पावसाच्या साचलेल्या पाण्यात टाकून देण्यात आल्या. मग सर्वजण लखनौला पोहचले. या दरोड्याच्या वेळी तरूणाच्या या गटाला कोणत्याही प्रकारच्या विरोधाला सामोरे जावे लागले नाही. खरं तर गाडीमध्ये चौदा व्यक्ती अशा होत्या, ज्यांच्याकडे शस्त्रे होते. दोन सशस्त्र गोरे सैनिकही होते. गाडीचा

ड्रायव्हर आणि इंजिनिअर घाबरून शौचालयामध्ये लपून बसले होते. प्रवाशांना आधीच सांगण्यात आले होते की त्यांनी निश्चिंत रहावे. त्यांना कोणीही काहीही क़रणार नाही. फक्त सरकारी खजिना लुटला जाणार आहे. त्यामुळे ते शांतपणे बसून राहिले. गाडीमध्ये बसलेल्या लोकांना असे वाटले होते की गाडीला खूप जास्त लोकांनी घेराव घातला आहे. वास्तविक पाहता हे काम फक्त दहा तरुणांचेच होते. ज्यांच्यापैकी बहुतेक सदस्यांचे वय वीस-बावीसच्या आसपास होते. अर्थात त्या सर्व तरुणाचे शरीर मजबूत आणि सुदृढ नक्कीच होते.

या दरोड्याच्या यशामुळे एका बाजूला गटाला कर्जापासून मुक्तता मिळाली तर दुसऱ्या बाजूला तरुणांचे धाडासही वाढले. त्याचबरोबर नवीन शस्त्रास्त्रेही खरेदी करण्यात आली. तसेच पुढील योजनाही आखण्यात आल्या.

अटकसत्राची सुरुवात

काकोरी कांड सरकारसाठी खुले आव्हान असल्यासारखेच होते. त्यामुळे लवकरच पोलिस सक्रिय झाले. जागो जागी छापे मारले जाऊ लागले. शोध घेतला जाऊ लागला. गुप्तचर विभागही आपल्या बाजूने याचा शोध घेण्याच्या मागे लागला. लवकरच चाळीस व्यक्तींना अटक करण्यात आली. खरं तर दरोड्यामध्ये फक्त दहाच लोक सहभागी झाले होते. ज्यांचा या प्रकरणाशी दुरान्वयानेही संबंध नव्हता अशाही अनेक लोकांना अटक करण्यात आले. अशा प्रकारच्या लोकांना नंतर सोडून देण्यात आले.

शहाजहाँपूरचे बनवारीलाल आणि इंदुभूषण मित्र तसेच कानपूरचे गोपीमोहन यांनाही अटक करण्यात आली. यांच्यापैकी पहिल्या दोन व्यक्ती साक्षिदार झाल्या तर गोपीमोहन सहा यांनी सरकारी साक्षीदार होणे पसंत केले. या दरोड्यामध्ये सहभागी झालेल्या बनवारीलाल यांचे बयाणही साक्षी झाले. या लोकांनी पोलिसांना सर्व काही सांगून टाकले. फक्त बनारस केंद्रातिल कोणीही साक्षीदार मिळाला नाही. त्यामुळे या केंद्राबद्दल पोलिसांना काहीही माहिती मिळाली नाही.

या चौघांना सोडून उर्वरीत चोवीस व्यक्ती गुन्हेगार सिद्ध करण्यात आल्या. त्यापैकी एकवीस लोकांना अटक करण्यात आली. अशफाकउल्ला खाँ, चंद्रशेखर आझाद आणि शचींद्रनाथ बक्षी हे काही पोलिसांच्या हाती लागले नाहीत. त्यांना फरारी घोषीत करण्यात आले.

नंतर दामोदरस्वरूप सेठ गंभीररित्या आजारी पडल्यामुळे त्यांना सोडून देण्यात

आले. मथुरा-आग्रा केंद्रातील शिवचरणलाल आणि उरई-कानपूर केंद्रातील वीरभद्र तिवारी यांच्यावर रहस्यमय अज्ञात कारणामुळे खटला चालविण्यात आला नाही.

ख़टला

अटक करण्यात आलेल्या उर्वरित खालील आरोपींवर खटला चालविण्यात आला-

१. कलम १२१ ब्रिटनच्या सम्राटाविरूद्ध युद्धाची घोषणा

२. कलम १२० अराजकीय कट कारस्थान

३. कलम ३०६ खून आणि दरोडा

४. कलम ३०२ खून

या खटल्यात सरकारच्या वतीने पंडित जगतनारायण मुल्ला यांनी युक्तिवाद केला. त्यांना पाचशे रूपये रोज मिळत असे. पंडित गोविंद वल्लभ पंत, बहाद्दूरजी, चंद्रभान गुप्त आणि मोहनलाल सक्सेना इ. आरोपींचे वकील होते. या खटल्यासाठी सरकारचे दहा हजार रूपयांपेक्षाही जास्त पैसे खर्च झाले.

श्री अशफाकउल्ला खाँ आणि श्री शचींद्रनाथ बक्षी यांना नंतर अटक करण्यात आली. त्यामुळे त्यांच्यावरही खटला भरण्यात आला.

शिक्षा

काकोरी कांडाच्या या दोन्ही खटल्यातील गुन्हेगारांना खालीलप्रमाणे शिक्षा ठोठावण्यात आली.

मृत्यूदंड	पंडित रामप्रसाद बिस्मिल, ठाकूर रोशनसिंह, राजेंद्रनाथ लाहिडी, आणि अशफाकउल्ला खाँ.
काळे पाणी	शचींद्रनाथ सान्यांल आणि शचींद्रनाथ बक्षी.
चौदा वर्षांचा तुरूंगवास	मन्मथनाथ गुप्त
दहा वर्षांचा तुरूंगवास	योगेशचंद्र चॅटर्जी, मुकुंदीलाल, गोविंदचरण कार, राजकुमार सिंह आणि रामकृष्ण खत्री
सात वर्षांचा तुरूंगवास	विष्णुशरण दुबलिश आणि सुरेश भट्टाचार्य
पाच वर्षांचा तुरूंगवासः	भूपेंद्रनाथ सन्यांल, प्रेमकृष्ण खन्ना आणि रामदुलार द्विवेदी

चार वर्षांचा तुरूंगवास : प्रणवेश चटर्जी.

खरं तर बनवारीलाल माफीचा साक्षिदार झाले होते तरीही त्यांना शिक्षा मिळालीच. न्यायालयाने त्यांनाही पाच वर्षांच्या तुरूंगवासाची शिक्षा ठोठावली.

मन्मथनाथ गुप्त, योगेशचंद्र चटर्जी, मुकुंदीलाल, गोविंदचरण कार, विष्णुशरण दुबलिश आणि सुरेश भट्टाचार्य यांच्या विरूद्ध सरकारने पुन्हा अपील केले. या सहा गुन्हेगांरापैकी योगेशचंद्र चॅटर्जी, मुकुंदीलाल आणि गोविंदचरण कार यांना पहिल्यांदा दहा वर्षांची तुरूंगवासाची शिक्षा मिळाली होता. नंतर त्यांची शिक्षा वाढवून काळ्या पाण्याची करण्यात आली. तसेच सात वर्षांच्या तुरूंगवासाची शिक्षा मिळविणारे विष्णुशरण दुबलिश आणि सुरेश भट्टाचार्य याची शिक्षा वाढवून दहा वर्षांच्या तुरूंगवासाची करण्यात आली. वय कमी असल्यामुळे मन्मथनाथ गुप्त यांची शिक्षा मात्र पूर्वीसारखीच कायम ठेवण्यात आली.

निकालानंतर

या निकालाच्या विरोधात सर्व देशात आवाज उठविण्यात आला. फाशीची शिक्षा रद्द करावी म्हणून संपूर्ण देशात आंदोलन करण्यात आले. केंद्रिय असेंब्लिच्या सदस्यांनी सह्यांची मोहीम राबवून व्हाईसरायकडे दयेचा अर्ज केला. दोन वेळा फाशीची तारीख नक्की करण्यात आली. प्रिव्ह्यू परिषदेकडेही अपील करण्यात आले. पण त्याचा परिणाम मात्र शून्य राहिला. शेवटी इंग्रज सरकारने आपला क्रुरपणा सिद्धच केला. १७ डिसेंबर १९२७ रोजी राजेंद्र लाहिडी यांना गोंडा तुरूंगात तर १९ डिसेंबर रोजी रामप्रसाद बिस्मिल यांना गोरखपूर तुरुंगात, याच दिवशी अशफाकउल्लाखान ला फैजाबाद तुरुंगात तर १८ डिसेंबर रोजी अलहाबाद तुरूंगात ठा. रोशनसिंह यांना फाशी देण्यात आली.

अशा प्रकारे हा गट छिन्न-विछिन्न झाला. फक्त चंद्रशेखर आझादच पोलिसांच्या हाती लागले नाहीत. याच्यासोबतच त्यांच्या क्रांतिकारी जीवनातील पूर्वार्ध संपला.

प्रकरण चौथे

मध्यंतराचा काळ

काकोरी कांडानंतर चंद्रशेखर आझाद हेच एक असे व्यक्ती होते, ज्यांना लाख प्रयत्न करूनही पोलिस अटक करू शकले नाहीत. काकोरी कांडाचा निकाल लागेपर्यनंत गटातील सदस्यानाही माहीत नव्हते की आझाद कुठे आहेत? श्री मन्मथनाथ गुप्त यांच्यानुसार ते गटातील सदस्यांना आपल्या घरी जात असल्याचे सांगून गेले होते. पण गटातील सदस्यांनाही हे माहीत नव्हते की त्यांचे घर उन्नावमध्ये होते की भाभरा इथे.

या कांडामध्ये त्यांचे सर्व सोबती अटक करण्यात आले होते. आझाद यांचा शोध घेण्यासाठी पोलिसांनी तलाव आणि विहिरीही शोधून पाहिल्या. या विषयी डॉ. भगवानदास मोहोर यांनी लिहिले आहे,

"अतिशय पराक्रमी इंग्रज सरकारने त्यांना अटक करण्यामध्ये कोणतीही कसूर केली नाही. आझाद यांच्यावर अनेक हजार रूपयांचे बक्षिस जाहीर करण्यात आले होते. जसे सांगतात त्याप्रमाणे सर्व विहिरी शोधून झाल्या होत्या. नद्यांमध्येही डुबक्या मारून पाहण्यात आले होते. खाणींमध्ये शोधण्यात आले. आझाद मात्र रुद्रनारायण यांच्यासोबत अतिशय शांततेने निवास करीत होते."

या दरम्यान त्यांचे निवासस्थान झाशी आणि तिच्या आसपासचा परिसर हेच होते. या काळात झाशीमध्ये असलेले केंद्र हे सुद्धा त्यांच्या लपण्याचे ठिकाण झाले होते. अशा स्थितीमध्ये काही दिवस तरी शांत राहणे अतिशय आवश्यक होते. काकोरी कांडानंतर भगतसिंग यांच्या सोबत नवीन गटाची स्थापना होऊन त्यामध्ये सक्रिय होईपर्यंतचा काळ हा त्यांच्या क्रांतिकारी जीवनातील मध्यंतर होता. या काळात त्यांच्या हालचाली पुढीलप्रमाणे होत्या.

झाशीमध्ये

फरार झाल्यावर ते सर्वप्रथम झाशीला पोहचले. इथे त्यांनी मोटार ड्रायव्हिंग आणि मेकॅनिकचे काम शिकले. तसेच बुंदेलखंड मोटार कंपनीत काम केले. इथे काम करीत असतानाच एकदा त्यांच्यासोबत एक अपघातही घडला. एक कार सुरू होत नव्हती. कोणीही व्यक्ती तिचे हॅंडल फिरवू शकत नव्हते. आझाद यांनी ती कार सुरू करण्यासाठी इतक्या जोरात तिचे हॅंडल फिरविले की त्यांच्या हाताचे हाड निखळले. त्यांना लगेच इस्पितळात नेण्यात आले. त्यांचे ऑपरेशन करण्यासाठी क्लोरोफॉर्मचा वास देऊन त्यांना बेशुद्ध करणे आवश्यक होते; पण ड़ॉक्टरांच्या या म्हणण्यामुळे आझाद इतके घाबरले कारण त्यांना कोणीतरी सांगितले होते की बेशुद्ध अवस्थेत व्यक्ती गोपनिय गोष्टीही सांगून टाकते. त्यामुळे बेशुद्ध न होताच ऑपरेशन करण्यासाठी आझाद तयार झाले. डॉक्टरांनी मात्र त्यांचे हे म्हणणे ऐकले नाही. आझाद ऑपरेशन टेबलवरून खाली उतरले. तेव्हा त्यांच्या मित्रांनी त्यांना कसे तरी बेशुद्ध होण्यासाठी तयार केले.

बेशुद्ध अवस्थेत त्यांच्या तोंडून अशी काही तरी गोष्ट बाहेर पडली असावी त्यामुळे ते क्रांतिकारक असल्याचे डॉक्टरांना कळले होते. ऑपरेशन केल्यावर डॉक्टर त्यांच्याशी अतिशय आदराने वागत होते. इस्पितळातून सुट्टी देतांना डॉक्टर त्यांना म्हणाले, ‘‘आता तुमचा हात बरा झाला आहे. काही काळजी करू नका. मला अशी आशा आहे की तुम्ही आपल्या हाताचा उपयोग देशासाठी मोठ्या शौर्याने करू शकाल.’’

झाशीमध्ये मास्टर रुद्रनारायण यांचे लहान भाऊ म्हणून आझाद राहिले. डॉ. माहौर यांच्यानुसार पोलिसांनी अनेक वेळा रुद्रनारायण यांच्या घरी छापे मारले होते. आझाद यांना समोर पाहूनही ते त्यांना अटक करू शकले नाहीत कारण त्यांच्या सोबत आझाद यांचे वागणे अशा काही प्रकारचे होते की ते आझाद आहेत याची पोलीस कल्पनाही करू शकत नव्हते. शिवाय पोलिसांकडे त्यांचा एखादा फोटोही नव्हता. त्यामुळे त्यांना ओळखता येत नव्हते.

‘‘रूद्रनारायण यांच्या घराची वारंवार झडती घेण्यात आली; पण तिथे एकदम मोकळया स्वरूपात राहणाऱ्या आझाद यांना ते अटक करू शकले नाहीत. आलेले पोलिस ऑफिसर आणि त्यांच्या शिपायांची आझाद मस्करी करीत असत आणि बदमाश आझाद बद्दल त्यांच्याकडून गोष्टी ऐकत असत. पोलिसवाले निघून जात

तेव्हा आझाद हासून आम्हाला म्हणत असत, 'हे साले, मला हवा आणि जादूगर समजतात. हे अतिशय सामान्य लोक आहेत. ते मॅजिस्ट्रेटसमोर एखाद्या गुलामासारखे उभे राहतात. आता त्या कुमुदीसिंहचीच गोष्ट घ्या, तो इथे म्हणत होता की क्रांतिकारी लोक मोठ्या कुटुंबाशी संबंधित असतात. आता अशफाकउल्लालाच घ्या. मग त्याला तर डिप्टी मॅजिस्ट्रेट समजले जाऊ शकते.' "

झाशीमध्ये राहून मोटार कंपनीच्या कामाशिवाय ते जंगलात जाऊन नेमबाजीचा सराव करीत असत. या काळात भगवानदास माहौर यांच्याशी त्यांचा सातत्याने संपर्क होता.

साधूच्या वेशात

त्यानंतर आझाद धीमरपूर गावाच्या बाहेर एक झोपडी बांधून साधूच्या वेशात राहू लागले. त्यांना असे करण्याचा सल्ला रुद्रनारायण यांनीच दिला होता. तिथे ते लोकांना रामचरितमानस मधील ओव्या सांगत असत. सुरूवातीला लोक त्यांना जेवणाचे साहित्य त्यांच्या झोपडीमध्येच नेऊन देत असत, पण नंतर मात्र आझाद श्रद्धाळू लोकांच्याच घरी जाऊन जेवण करू लागले. इथे त्यांनी लहान मुलांना शिकविण्यासाठी एक शाळाही सुरू केली. सुरूवातीला ही शाळा मोकळ्या आकाशाखाली भरत असे, पण नंतर गावातीलच एक श्रीमंत व्यक्ती ठाकूर मलखानसिंह याने या कामासाठी आपल्या घरातील बैठकीची खोली दिली होती. त्या काळात ब्रह्मचारी म्हणून ओळखले जाणारे आझाद नंतर ठाकूर मलखानसिंह यांच्या घरातच राहू लागले. कारण मलखानसिंह आणि त्यांचे तीन भाऊ नोकरी करीत असत आणि ते घराबाहेरच राहत असत. आझाद यांच्यासारखा पुरूष सदस्य घरात राहू लागल्यामुळे घराची सुरक्षा होत होती. आझाद जणू काही त्यांच्या घरातील एक सदस्यच झाले होते.

राजांच्या संपर्कात

याच कालावधीत त्यांचा अनेक राजांशी आणि जमिनदारांशीही संपर्क झाला. एकदा ओरछाचे महाराजा आपल्या दिवानजीसोबत जंगलामध्ये शिकार खेळण्यासाठी जात होते, तेव्हा त्यांची साधु वेश धारण केलेल्या आझाद यांच्याशी भेट झाली होती. राजे साहेबांना शिकार खेळण्यासाठी जाताना पाहून आझाद यांनीही त्यांच्यासोबत जाण्याची इच्छा व्यक्त केली. राजाला यामुळे खूपच आश्चर्य वाटले की एका साधूला

शिकार खेळण्याची इच्छा झाली आहे. त्यावर आझाद यांनी स्वतःची ओळख फक्त एक पूजारी अशी करून दिली होती. त्यामुळे शेवटी त्यांनाही एक बंदूक देण्यात आली. त्यावर खरं तर राजेसाहेब आणि त्यांच्या कर्मचाऱ्यांनाही हासू आले. शिकार करीत असताना सर्व लोक आपापल्या ठिकाणी जाऊन बसले होते. एक अतिशय जोरदार रानडुक्कर तिथे आला. राजा आणि त्याच्या कर्मचाऱ्यांनी त्यावर गोळ्या चालविल्या, पण सर्वांचे नेम चुकले. मग सर्वांच्या शेवटी आझाद यांनी नेम धरला. त्यांच्या पहिल्या गोळीनेच रानडुकर जमिनीवर कोसळले. या घटनेनंतर राजेसाहेबांची पक्की खात्री झाली की ती व्यक्ती कोणी साधू किंवा पूजारी नसून एखादा क्रांतिकारक आहे. राजेसाहेब स्वतः स्वातंत्र्य सैनिकांचे हितचिंतक होते. त्यामुळे या ओळखीचे मैत्रीमध्ये रुपांतर झाले. खूप दिवसानंतर आझाद यांनी त्यांना आपले वास्तव स्वरूप सांगितले.

एकदा मोठे लाटसाहेब ओरछाला येणार होते. आझाद यांनी महाराजांना निरोप पाठविला की यावेळी लाटसाहेब यांचे स्वागत आपल्या पद्धतीने करण्याची आपली इच्छा आहे. राजा साहेबांनी त्यांना निरोप दिला की यावेळी लाटसाहेब राज्याचे विशेष पाहुणे म्हणून येत आहेत, त्यामुळे आझाद यांनी असे काहीही करू नये.

असेही म्हटले जाते की नंतर हेच राजेसाहेब आपल्या एका तोंडचोपड्या कर्मचाऱ्यांच्या नादी लागून आझाद यांना धरून देण्यासाठी सहमत झाले होते. जेव्हा त्यांच्यात आणि या नोकरामध्ये या योजनेबद्दल बोलणी होत होती तेव्हा आझाद तिथेच झोपलेले होते. राजाला सशंय येऊ नये म्हणून ते जोर जोरात घोरत होते. त्यानंतर लगेच संधी साधून ते तिथून फरार झाले.

मास्टर रुद्रनारायण यांनीच आझाद यांना साधू वेशात राहण्याचा सल्ला दिला होता. त्यांच्याच सहकार्याने आझाद यांचा संपर्क राजेसाहेब खानियाघाना यांच्याशी झाला होता. आझाद त्यांच्याकडे आधी एक चांगला मोटार मेकॅनिक म्हणून गेले होते. नंतर त्यांनी आपण एक क्रांतिकारक असल्याचे राजेसाहेबांना सांगितले होते. मार्च १९२८ मध्ये राजेसाहेबांनी त्यांना गटाच्या कार्यासाठी ते काही शस्त्रे देण्याचे आश्वासन दिले होते.

यावेळी भगवानदास माहौरही आझाद यांच्या सोबत राहत असत. राजे कालकाजी सिंहदेव यांचे आझाद अतिशय विश्वासू मित्र झाले होते. इथे राहून ते ड्रायव्हिंग

आणि शिकारीचा सराव करीत असत. राजेसाहेब त्यांच्यासोबत शिकार खेळण्यासाठीही जात असत. राजेसाहेबांशी त्यांच्यासोबत असलेली अशा प्रकारची घनिष्ठता पाहून त्यांचे कर्मचारी आणि नातेवाईक आझादांचा मत्सर करीत असत. त्यामुळे आझाद यांनी शेवटी खानियाधाना सोडून दिले.

मुंबईत

काही पुस्तकांमध्ये असे वर्णन आढळते की आझाद बुंदेलखंडानंतर पुन्हा मुंबईत आले होते आणि तिथे त्यांनी बंदरामध्ये हमालाचे काम केले होते. दिवसभर तिथे ते जहाजातून माल खाली उतरविण्याचे किंवा चढविण्याचे काम करीत असत, त्यासाठी त्यांनी रोज संध्याकाळी नऊ आणे मजुरी मिळत असे. रात्री बारा वाजेपर्यंत ते चित्रपट पाहत असत. नंतर मग एखाद्या गोदामात किंवा फूटपाथवर झोपत असत. हा क्रम सुमारे दीड वर्षे सुरू होता.

इथे असताना त्यांनी वीर सावरकर यांची भेट घेतली. सावरकर यांनी त्यांना क्रांतिपथावरील अडी अडचणींची माहिती दिली. तसेच त्यामुळे घाबरून न जाण्याचा सल्ला दिला. त्यामुळे आझाद यांना एक नवीन प्रेरणा मिळाली. म्हणून मग ते नव्या जोमाने संघटना आणि गटाची स्थापना करण्यासाठी मुंबईतून उत्तरेच्या दिशेला निघाले.

प्रकरण पाचवे

'नई सुबह' गटाची पुनःस्थापना

क़ाकोरी कांड 'हिंदुस्थान रिपब्लिकन असोशिएशन' साठी अभिशाप ठरले. गटातील सर्व प्रमुख सदस्य पकडले गेले. त्यापैकी चार सदस्यांना फाशीची शिक्षा ठोठावण्यात आली तर उर्वरित बहुतेकांना दीर्घ कालावधीचा तुरूंगवास भोगावा लागला. फक्त चंद्रशेखर आझाद एकटेच मागे राहिले होते. त्यांच्या समोर गटाची पुनःस्थापना करण्याची समस्या उभी होती. तरीही ते प्राणपणाने या कामाच्या मागे लागले. सुदैवाने त्यांना भगतसिंगांसारखे सोबती मिळाले. इथूनच त्यांच्या क्रांतिकारी जीवनातील उत्तरार्धाला सुरूवात झाली.

भगतसिंगांची भेट

दलाची पुनःस्थापना करण्याच्या उद्देशाने आझाद कानपूरला पोहचले. इथे ते प्रसिद्ध स्वातंत्र्य सैनिक, पत्रकार आणि समाजसुधारक गणेशशंकर विद्यार्थी यांच्याकडे थांबले. भगतसिंगही तिथे आले होते. इथेच या दोघांची पहिली भेट झाली. या भेटीचे वर्णन करताना श्री य़शपाल यांनी 'सिंहावलोकन' मध्ये लिहिले आहे,

''आझाद आतल्या खोलीत प्रवेश करताच, त्यांनी विद्यार्थीजी यांच्या जवळ एका तेजस्वी परंतु अनोळखी युवकाला बसलेले पाहिले. त्याला पाहून आझाद एका क्षणासाठी थबकले. तो नवयुवक उंच शरीरयष्टीचा आणि काटक शरीराचा होता. त्यांचा रंग गोरा होता आणि डोळे लहान होते. त्याच्या चेहऱ्यावर विलक्षणतेचे भाव होते. त्याने डोक्यावरील मोकळ्या केसांवर लटकणारी पगडी बांधली होती. त्याच्या

शरीरावर कोट आणि लुंगी होती. आझाद यांना त्यांने आकर्षित केले."

".यावे पंडितजी,' आझाद यांना गोंधळलेले पाहून विद्यार्थीजी जराशा आवेगाने म्हणाले.

आपल्या कामात मग्न असलेल्या त्या युवकाने आपली मान वर करून पाहिले. पंडितजीच्या रूपात त्याला भव्य व्यक्तिमत्त्वाच्या रुबाबदार नवयुवकाचे दर्शन झाले.

त्यानंतर त्या दोघांचा परस्परांशी परिचय झाला. दोघांचे विचार समान होते. दोघेही एक दुसऱ्यामुळे प्रभावित झाले. त्यांची ही पहिली भेट जीवनभरासाठी मैत्रीमध्ये रुपांतरीत झाली. ही एक ऐतिहासिक भेट होती. मातृभूमीसाठी वेडे झालेल्या दोन युवकांचे एक अतूट मिलन होते. त्यांनी भावी इतिहासात भारताच्या स्वातंत्र्यासाठी खांद्याला खांदा लाऊन कार्य केल आणि एक नवीन इतिहास रचला. वीर चंद्रशेखर यांच्या क्रांतिकारी जीवनाचा हा उत्तरार्ध वास्तविक पाहता भगतसिंग यांच्या भेटीनंतरच सुरू झाला.

नवीन पक्ष 'हिंदुस्थान समाजवादी गणतंत्र सेना'

चंद्रशेखर आझाद, भगतसिंग आणि त्यांचे इतर सोबती एका नव्या पक्षाची स्थापना करण्याच्या मागे लागले. त्यासाठी उत्तर भारतातील सर्व क्रांतिकारी गटाशी संपर्क साधण्यात आला. शिव वर्मा त्यासाठी बंगालला गेले आणि त्यांनी तेथील क्रांतिकारकांशी संपर्क साधला. त्यांनी या क्रांतिकारकांना नव्या पक्षाला सहकार्य करण्याची विनंती केली. बंगाल मधील क्रांतिकारक मात्र या पक्षामध्ये सहभागी होण्यासाठी काही अटी घालीत होते. त्यामध्ये पहिली अट अशी होती की नव्या पक्षामध्ये सहभागी होणाऱ्या सर्व राज्यांमधील सदस्यांना बंगालमधील क्रांतिकारी सदस्यांच्या हाताखाली काम करावे लागेल. तसेच त्यांचे प्रत्येक म्हणणे ऐकण्यासाठी ते बांधील असतील. दुसरी अट अशी होती की नवीन पक्ष आता फक्त सदस्यांची भरती करील. शस्त्रे आणि पैसे जमा करतील, पण ज्यामुळे सरकारचे त्यांच्याकडे लक्ष केंद्रित होईल असे कोणतेही काम करणार नाहीत. नवीन पक्ष बनविण्यासाठी इच्छुक असलेल्या युवकांना या अटी मान्य नव्हत्या. पक्षामध्ये अशा प्रकारची वैयक्तिक हुकुमशाही असण्याच्या ते विरूद्ध होते. सर्व राज्यांतील अशा प्रकारच्या गटांना एकत्र आणणे हा त्यांचा उद्देश होता तरीही त्यांना नव्या पक्षाची स्थापना लोकशाही पद्धतीने करायची होती. बंगालमधील या गटाला आपली एकाधिकारशाही तर हवी होती, पण त्यांची स्वतःची शिस्त आणि लोकांवरील प्रभाव मात्र नाहीच्या बरोबर

होता. शिव वर्मा त्यांच्याशी संपर्क साधण्यासाठी बंगालमध्ये गेले होते तेव्हा ते लोक त्यांच्या रात्रीच्या मुक्कामाची व्यवस्थाही करू शकले नाहीत. म्हणून मग त्यांच्या सहकार्याची आशा सोडून देण्यात आली.

नव्या पक्षाची स्थापना करण्यासाठी ८ डिसेंबर १९२८ रोजी फिरोजशहा कोटलाच्या किल्ल्याच्या भग्नावशेषांमध्ये क्रांतिकारकांची एक बैठक झाली. (ही तारीख वेगवेगळया पुस्तकात वेगवेगळी दिली आहे. तरीही बहुतेक पुस्तकात हीच तारीख देण्यात आली आहे.) यामध्ये बंगाल वगळता उत्तर भारतातील सर्व राज्यांचे प्रतिनिधी सहभागी झाले होते. भगतसिंग आणि सुखदेव पंजाब राज्याचे प्रतिनिधी होते. कुंदनलाल राजस्थानचे, शिव वर्मा, ब्रह्मदत्त मिश्रा, जयदेव, विजय कुमार सिन्हा आणि सुरेंद्र पांडे सुयंक्त प्रांताचे (उत्तर प्रदेशचे) प्रतिनिधी होते. काही अज्ञात आणि अपरिहार्य कारणामुळे चंद्रशेखर आझाद या बैठकीला उपस्थित राहू शकले नाहीत; पण भगतसिंग आणि शिव वर्मा यांना त्यांनी आधीच सांगून टाकले होते की, या बैठकीत बहुमताने घेतले जाणारे सर्व निर्णय मला मान्य असतील.

आतापर्यंत विविध राज्यातील क्रांतिकारी गटाची स्वतंत्र नावे होती. त्यामुळे सर्व राज्यातील गटांना एकत्रित करून एक अखील भारतीय नवीन पक्ष स्थापन करण्यात आला. या नव्या संघटनेचे नाव 'हिंदुस्थान समाजवादी गणतांत्रिक सेना' ठेवण्यात आले. गटाचे सर्व सदस्य नवीन होते. तसे तर चंद्रशेखर आझादही युवकच होते, पण याच्या आधी त्यांनी 'हिंदुस्थान रिपब्लिकन असोशिएशन' मध्ये रामप्रसाद बिस्मिल यांच्यासारख्या क्रांतिकारकांसोबत काम केले होते. त्यामुळे त्यांना शस्त्रे चालविण्याचा वगैरे चांगला सराव होता. इतर नवीन लोक मात्र या बाबतीत अनभिज्ञ होते. त्यामुळे 'हिंदुस्थान समाजवादी गणतंत्र सेना'चा मुख्य सेनापती आणि कमांडर-इन-चीफ त्यांनाच करण्यात आले.

नवीन पक्षाची केंद्रिय समिती

या नवीन संघटनेची एक केंद्रिय समिती बनविण्यात आली. ज्यामध्ये प्रत्येक राज्याचे प्रतिनिधी होते. त्यांची नावे खालीलप्रमाणे आहेत,

१.	भगतसिंग	(पंजाब)
२.	चंद्रशेखर	(संयुक्त प्रांत)

३.	सुखदेव	(पंजाब)
४.	शिव वर्मा	(संयुक्त प्रांत)
५.	विजय कुमार	(संयुक्त प्रांत)
६.	फणींद्रनाथ घोष	(बिहार)
७.	कुंदनलाल	(राजस्थान)

नव्या पक्षाच्या स्थापनेने हे स्पष्ट झाले होते की पक्षावर कोणाही एका व्यक्तीचे नियंत्रण नव्हते. पक्षाची सर्व संपत्ती केंद्रिय समितीच्या आधीन होती. जे काही कार्य केले जाईल त्यावर आधी केंद्रिय समिती विचार करणार होती. सर्व निर्णय बहुमताच्या आधारे घेतले जाणार होते.

या नव्या पक्षाच्या नावामध्ये समाजवादी शब्द विशेष अर्थाने योजण्यात आला होता. त्यावरून ही गोष्ट स्पष्ट होत होती की मार्क्सवादातील समाजवादी सिद्धांतावर आधारित समाजाची स्थापना करण्यासाठी हा पक्ष प्रयत्नशील राहणार होता. तसेच शोषण हद्दपार करणार होता.

या बैठकीत हा पक्ष सशस्त्र क्रांतीच्या माध्यमातून देशाच्या स्वातंत्र्यासाठी प्रयत्न करणार आहे, या गोष्टीवरही विचार करण्यात आला. ज्यासाठी धनाची आवश्यकता अनिवार्य स्वरूपात पडणार होती. कारण हे एक गुप्त आंदोलन होते आणि त्यासाठी देणग्याच्या माध्यमातून धन गोळा करणे शक्य नव्हते. या समस्येवर मात करण्यासाठी दरोडे घालण्याचे नक्की करण्यात आले, त्याचबरोबर हे दरोडे शक्य होईल तोवर सरकारी बँका, खजिने आणि टपाल कचेऱ्या यांच्यावरच टाकण्यात येतील, हेही नक्की करण्यात आले. सामान्य लोकांवर दरोडे घालून त्यांची सहानुभूती गमवावी लागते. त्यामुळे असे करणे पक्षासाठी अहीतकारक समजले गेले.

पक्षाची प्रादेशिक आणि अंतरप्रादेशिक संरचना

या बैठकीमध्ये पक्षाच्या प्रादेशिक आणि अंतर प्रादेशिक संरचनेबद्दलही विचार करण्यात आला. भगतसिंग आणि विजयकुमार सिन्हा यांच्यावर पक्षाचे अंतर प्रादेशिक संघटनेचे कार्य सोपविण्यात आले. त्यामुळे विविध राज्यातील पक्षाच्या गटांमध्ये योग्य प्रकारे सहकार्य आणि संबंध राहतील. याशिवाय सर्व प्रांतांचे संघटक प्रतिनिधीही नक्की करण्यात आले. शिव वर्मा यांना संयुक्त प्रांताचे, सुखदेव यांना पंजाबचे, फणींद्रनाथ घोष यांना बिहारचे, तर कुंदनलाल यांना राजस्थानचे संघटक प्रतिनिधी बनविण्यात आले.

अशा प्रकारे या नव्या संघटनेमध्ये चंद्रशेखर आझाद यांना 'हिंदुस्थान समाजवादी

गणतंत्र सेना' चे अध्यक्ष होण्याचा सन्मान मिळाला. तसे पाहिले तर या संघटनेचा उद्देश आणि पूर्वीची संघटना 'हिंदुस्थान रिपब्लिक असोशिएशन' चा उद्देश यामध्ये फारसा फरक नव्हता. पण पूर्वीच्या दलाच्या नावावरून त्याच्या उद्देशाविषयी माहिती कळत नव्हती. या विषयी मन्मथनाथ गुप्ता लिहितात,

"काकोरी युगामध्ये समितीचे नाव 'हिंदुस्थान रिपब्लिकन असोशिएशन' होते. हे नाव कमी अर्थव्यापी समजले जात होते. या नावाच्या पक्षाचा उद्देश पूर्णपणे व्यक्त होत नव्हता, जणू काही असे समजले जात होते. त्यामुळे तो अधिक स्पष्ट करायला हवा होता. त्यानुसार या पक्षाचे नाव 'हिंदुस्थान रिपब्लिकन सोशालिस्ट आर्मी' म्हणजेच 'हिंदुस्थान समाजवादी प्रजातांत्रिक सेना' ठेवण्यात आले. थोडक्यात साधनांमध्ये विकास न होता क्रांतिकारी आंदोलनाच्या ध्येयामध्येच विकास होत गेला. त्यानुसार हे नाव बदलण्यात आले. पक्षाचा ध्येयाच्या दिशेने आणखी जास्त विकास झाला, हेच हे परिवर्तन सूचित करते. पक्षाने समाजवादी आणि मजूर वर्गाचे नायकत्त्व हेच आपले ध्येय असल्याचे घोषित केले."

पोलिसांशी लपाछपी

काकोरी कांडानंतर फरार झालेले आझाद जवळपास दोन वर्षे आपल्या आईलाही भेटू शकले नाहीत. त्यांच्या वडिलांचे निधन झाले होते. वृद्ध आईही कानपूरमध्ये येऊन राहत होती. एकुलत्या एका पुत्राच्या विरहाने ते तडफडत होती. कोणत्या तरी दरोड्यानंतर आझाद फरारी झाला असल्याचे तिला माहीत झाले होते. त्याच्या इतर सोबत्यांना एक तर फाशीची शिक्षा झाली होती किंवा दीर्घ कालावधीचा तुरूंगवास भोगावा लागत होता. पकडले गेल्यावर आझाद यांच्यासाठीही शिक्षा ठरलेली होती. एके दिवशी आझाद आपल्या आईला भेटायला गेले. इतक्या दीर्घ कालावधीनंतर आई आणि मुलाची भेट झाली होती. त्यांना भेटूनं थोडाच वेळ झाला असेल नसेल तोच भगतसिंग आणि राजगुरू तिथे पोहचले. त्यांच्याबद्दल पोलिसांना माहिती कळाली असल्याचे भगतसिंग यांनी सांगितले. त्यामुळे तिथून पळून जायला हवे होते. आझाद यांचे काम तर धोक्यांशी खेळणे हेच होते. भरलेले पिस्तुल नेहमी त्यांच्याजवळ असायचे. ते पोलिसांचा सामना करण्यासाठी सज्ज झाले. त्यावर भगतसिंग यांनी त्यांना समजावून सांगितले की अशा प्रकारचे धाडस त्यांना आणखी संकटात टाकू शकते. त्यामुळे ते तिथून पळून गेले.

अशाच प्रकारे एकदा ते कानपूर येथे 'प्रताप' चे संपादक श्री गणेशशंकर विद्यार्थी यांच्याकडे बसले होते. तोच त्यांना कळले की ते इथे उपस्थित असल्याची माहिती पोलिसांना मिळाली आहे. त्यामुळे आझाद आणि त्यांचे एक सोबती आपल्या आईच्या निवासस्थानी पोहचले. तिथे जेवण केल्यावर दोघेही झोपले. इतक्यात आझद विद्यार्थीजींकडून बाहेर पडलेले एका पोलिस अधिकाऱ्याने पाहिले आणि तो आपल्या दलासह तिथे पोहचला. आझाद आधीच तिथून गायब झाले होते. कोणी तरी मग पोलिसांना सांगितले की आझाद आपल्या आईकडे गेले आहेत. पोलिस दल तिथेही पोहचले. दार आतून बंद होते. बाहेर पोलीस आलेले पाहून दोघेही सोबती जागे झाले. आझाद त्यांचा सामना करण्यासाठी तयार झाले.

दोघाही सोबत्यांनी आपापली पिस्तुले बाहेर काढली. पोलिस सतत दार वाजवित होते. दरवाजा उघडला जात नाही असे पाहून पोलिस अधिकाऱ्याने दरवाजा तोडण्याचा आदेश दिला. दरवाजा तोडला जाऊ लागला. एक दार तुटताच आझाद आणि त्यांच्या सोबत्याने पोलिसांवर गोळीबार सुरू केला. प्रतित्त्युरादाखल पोलिसांनीही गोळीबार सुरू केला. दोघेही सोबती ओट्याच्या आधाराने आपला बचाव करीत राहिले. अनेक पोलिस शिपाई जखमी झाले. पोलिस अधिकारी संतप्त झाले. त्याने शिपायांना आता प्रवेश करण्याचा आदेश दिला. दरवाजा तुटला होता. वीस एक पोलीस अधिकारी आपली शस्त्रे सावरून धरीत आत प्रवेश करण्यासाठी सज्ज झाले होते. इकडे आझाद आणि त्यांच्या सोबत्याचे पिस्तुल रिकामे झाले होते. पोलिसवाले आत प्रवेश करण्याच्या आधीच दोघेही घराच्या छतावर गेले. तिथून ते दुसऱ्या घराच्या छतावर गेले. त्या घराला पोलिसांनी घेराव घातला. पोलिस गोळया चालवू लागले. दोन्ही क्रांतिकारक वीटा फेकून मारीत होते. नंतर मग त्यांचा सोबती शुक्ल एकटाच विटा फेकू लागला. आझाद एकानंतर एक दुसऱ्या छतावरून उड्या मारीत तिथून गायब झाले होते. पोलिसांची फसवणूक झाली. त्यांना असे वाटले की दोन्ही सोबती छतावरून वीटा फेकून मारीत आहेत. त्याच नादात पोलिस शुक्ल यांच्यावर गोळया चालवित राहिले. आझाद यांच्या पळून जाण्याकडे कोणाचे लक्षच गेले नाही. पोलीस छतावर पोहचले. तिथे त्यांना शुक्ल यांच्या मृत शरीराशिवाय दुसरे काहीही

आढळले नाही. पोलिस शोधतच राहिले आणि आझाद वेश बदलून स्टेशनवर गेले आणि तिथून दिल्लीला पोहचले.

पोलिस अधिकाऱ्याला जीवनदान

एक पोलिस अधिकारी तसद्दुक हुसैन विशेष स्वरूपात चंद्रशेखर आझाद यांना अटक करण्यासाठी नियुक्त करण्यात आला होता. ते त्यांच्या विरूद्ध मोठ्या प्रमाणात पुरावे गोळा करण्याच्या मागे लागला होता. आझाद यांना ही गोष्ट माहीत होती. एकदा तर त्यांच्या डोक्यात विचार आला की त्याचे काम कायमचे संपवायला हवे. मग त्यांनी विचार केला की असे केल्यामुळे काहीही लाभ होणार नाही. त्याला मारल्यावर दुसरा एखादा व्यक्ती ते काम करायला लागेल.

तो अधिकारी सदैव त्यांच्या मागे लागलेला असायचा. आझाद दिल्लीला पोहचल्यावर तोही दिल्लीला आला. तो सावलीसारखा त्यांच्या मागावर होता. त्यामुळे आता त्यांला धडा शिकविणे आवश्यक झाले होते. एके दिवशी योग्य संधी साधून आझाद स्वतः त्याच्या जवळ गेले. त्यांनी आपले पिस्तुल त्याच्या छातीवर रोखले. तसद्दुकहुसैनला घाम फुटला. तो थरथरू लागला. त्याला आझाद यांच्या स्वरूपात आपला मृत्यू साक्षात समोर दिसत होता. तो थरथरत्या आवाजात परमेश्वराचा हवाला देऊन क्षमा मागू लागला. इतकेच नाही तर त्यांचा पाठलाग करणे सोडून देण्याची शपथ घेतली. त्यावर आझाद यांनी त्याला इशारा देऊन सोडून दिले. त्यानंतर मग पुन्हा कधीही त्याने आझाद यांचा पाठलाग केला नाही.

अशा प्रकारचे धाडसी आणि साहसी कार्य करण्यात आझाद यांना खूप आनंद येत असे. एकदा ते वेशांतर करून रेल्वेने कानपूरला येत होते. पोलिसांना याची माहिती आधीच मिळाली होती. पोलिस पूर्णपणे सज्ज होते. रेल्वेस्टेशन चारी बाजूने घेरून टाकले होते. प्लॅटफार्मवर गुप्तहेरांचे जाळे पसरविले होते. ठरलेल्या वेळी लखनौवरून आलेली गाडी कानपूर स्टेशनवर आली. वेशांतर केलेले आझाद डब्यातून खाली उतरले आणि बेडर होऊन गुप्तहेरांच्या मधून वाट काढीत मुख्य गेटवर पोहचले. तिथे एक इन्सपेक्टर उभा होता. त्याने काही करायच्या आधीच आपले हात खिशात घातले आणि आझाद यांच्यासाठी रस्ता मोकळा करून दिला. हासत हासत आझाद गेटच्या बाहेर पडले आणि पोलिस पाहतच राहिले.

क़ाकोरी कांडातील वीरांना सोडविण्याची योजना

'हिंदुस्थान सोशालिस्ट रिपब्लिकन आर्मी' ने काकोरी कांडातील वीऱांना तुरूंगातून सोडविण्याची योजना आखली. आपल्या योजनेला प्रत्यक्षात आणण्यासाठी चंद्रशेखर आझाद, विजयकुमार सिन्हा, भगतसिंग, राजगुरू, बटुकेश्वर दत्त, शिव वर्मा, जयदेव, इ. क्रांतिकारक आग्र्याला पोहचले, पण त्यांना या कामात यश मिळाले नाही. डॉ. भगवानदास माहौरही यांना मुक्त करण्यासाठी गेलेल्या गटाचे सदस्य होते. तेव्हा ते एक विद्यार्थी होते. या योजनेच्या अपयशाबद्दल माहौर यांनी लिहिले आहे,

"श्री योगेशचंद्र चटर्जी यांना तुरूंगातून मुक्त करण्यासाठी आम्हा लोकांना आग्र्याला बोलावण्यात आले होते. योजना अशी होती की ते जेव्हा बाहेर निघतील तेव्हा हल्ला करून त्यांची सुटका करायची. पण यश मिळाले नाही. चटर्जी यांना या तुरूंगातून दुसऱ्या तुरूंगात पाठविले जाणार होते, पण त्या दिवशी पाठविले नाही."

त्यानंतरही त्यांचे दोन-चार सोबती काही दिवस आग्र्यामध्ये राहिले. तरीही त्यांना या योजनेमध्ये सफलता मिळाली नाही. परिणामी त्यांनाही नंतर निराश होऊन माघारी फिरावे लागले.

अशाच प्रकारे पंडित रामप्रसाद बिस्मिल यांनाही तुरूंगातून सोडविण्याची योजना आखण्यात आली होती; पण त्यांच्यावर पोलिसांचा अतिशय कडक पहारा होता. परिणामी यामध्येही सफलता मिळाली नाही. पक्षातील सदस्यांनी त्यांच्याविषयी माहिती मिळविण्यासाठी खूप प्रयत्न केले होते. त्यांना कोणत्याही किमतीवर मुक्त करण्याची भगतसिंगांची इच्छा होती. या बाबतीत शिव वर्मा यांनी लिहिले आहे,

"दोन-तीन दिवसानंतर विजयने येऊन बिस्मिल यांच्यावर असलेल्या पोलिसांच्या कठोर पाहऱ्याबद्दल आणि सतर्कतेबद्दल वर्णन केले. त्यामुळे त्यावेळी आम्हाला तो विचार सोडून द्यावा लागला. या बातमीने भगतसिंग यांची सर्व स्वप्ने धुळीला मिळाली. खूप प्रयत्न केल्यावर बिस्मिल यांनी लिहिलेली एक गझल हाती लागली."

बिस्मिल काकोरी कांडाचे नेते होते. त्यामुळे फाशीची शिक्षा ठोठावण्यात आल्यावर त्यांच्यावर पोलिसांचा अतिशय कठोर पहारा बसविण्यात आला होता. त्यांच्याद्वारे बाहेर पाठविण्यात येणाऱ्या आणि त्यांच्यासाठी आत येणाऱ्या प्रत्येक गोष्टीवर कठोरपणे लक्ष ठेवले जात होते. त्यांनी लिहिलेली गझलला तुरूंगाच्या अधिकाऱ्यांनी एक सामान्य गझल समजले असावे. त्यातील गूढ अर्थ ते समजू शकले नाहीत. ती गझल खालीलप्रमाणे आहे, -

मिट गया जब मिटने वाला
फिर सलाम आया तो क्या ।
दिल की बरबादी के बाद
उनका पयाम आया तो क्या ।।

मिट गई सारी उम्मीदे
मिट गए सारे खयाल ।
उस घडी गर नामवर
लेकर पयाम आया तो क्या ।।

ऐ दिल नादान मिट जा
अब तू कुचे यार मे ।
फिर मेरी नाकामियों के
बाद काम आया तो क्या ।।

काश अपनी जिंदगी मे
हम वो मंजर देखते ।
बरसरे तुरबत कोई
मशहर खराम आया तो क्या ।।

आखिरी शब दीद के
काबिल थी बिस्मिल की तडप ।
सुबह दम कोई अगर
बाला ए नाम आया तो क्या ।।

गझलेच्या या ओळीमध्ये हे स्पष्ट आहे की तिच्या माध्यमातून बिस्मिल यांनी आपल्या सोबत्यांना एक संदेश पाठविला आहे की या कांडामध्ये फाशीची शिक्षा मिळालेल्या वीरांना सोडविण्यासाठी लगेच प्रयत्न करा नाही तर फाशी देण्यात आल्यावर त्यांच्या हाती निराशाच लागणार आहे. हे सर्व प्रयत्न १९२७च्या सुरूवातीला करण्यात आले होते.

प्रकरण सहावे

आरोह-अवरोह : नवीन कारवाया

'हिंदुस्थान समाजवादी गणतंत्र सेना' चा मुख्य उद्देश सशस्त्र क्रांतीच्या माध्यमातून भारताला स्वतंत्र करण्याचा होता. आतापर्यंत करण्यात आलेल्या कार्यामुळे आझाद यांना विशेष समाधान मिळाले नव्हते. त्यांना एखादा जोरदार धमाका करायचा होता. त्यामुळे संपूर्ण देशात काही तरी खळबळ उडायला हवी होती आणि इंग्रज सरकार भयभीत व्हायला हवे होते. योगायोगाने परिस्थितीही अशी काही निर्माण झाली होती की, त्यामुळे सर्व देशाचे लक्ष या पक्षाच्या हालचालीकडे केंद्रित झाले होते. लाहोर कट, असेम्बली बॉम्ब स्फोट, व्हाईसरायच्या रेल्वेवर बॉम्ब फेकण्याची घटना, इ. सर्व या पक्षाच्याच कारवाया होत्या.

सायमन कमिशनचे आगमन

८ नोव्हेंबर १९२७ रोजी व्हाईसरायने घोषणा केली की भारतातील शासन सुधारणाची चौकशी करण्यासाठी इंग्लंडहून सायमन कमिशन भारतात येणार होते. या कमिशनवर कोणीही भारतीय सदस्य नव्हता. त्याचे अध्यक्ष सर जॉन सायमन होते. ते इंग्लंडमधील एक प्रसिद्ध वकील होते. ३ फेब्रुवारी १९२८ रोजी हे कमिशन भारतात आले. या काळात देशात सांप्रदायिकतेचे नागडे तांडव सुरू होते. या कमिशनवर भारतातील सर्व राजकीय पक्षांनी बहिष्कार घालण्याचे ठरविले. हे कमिशन भारतात पोहचल्याच्या दिवशी संपूर्ण देशभर बंद पाळण्यात आला. सायमन मुंबईला आल्यावर त्यांना काळे झेंडें दाखविण्यात आले आणि 'सायमन परत जा' या घोषणांनी त्यांचे स्वागत करण्यात आले. कमिशन दिल्लीला आल्यावर इथेही

त्यांचे अशाच प्रकारे स्वागत करण्यात आले. हीच स्थिती मद्रासमध्येही होती. तिथे तर पोलिसांना गोळीबारही करावा लागला. परिणामी तीन निदर्शकांचा मृत्यू झाला. कलकत्यातही विरोध झाला.

'हिंदुस्थान साम्यवादी गणतांत्रिक सेने' च्या केंद्रिय समितीनेही सायमन कमिशन लाहोरला आल्यावर त्यांच्यावर बॉम्ब फेकून आपला निषेध व्यक्त करण्याचे ठरविले होते, पण धनाच्या अभावी त्यांना असे करता आले नाही.

२० ऑक्टोबर १९२८ रोजी हे कमिशन लाहोरला पोहचले. इथे त्यांना विरोध करणाऱ्या निदर्शकांचे नेतृत्त्व लाला लजपतराय यांनी केले. निदर्शने करणाऱ्यात सर्वात पुढे 'नौजवान भारत सभे' चे तरुण सदस्य होते. 'नौजवान भारत सभे' ची स्थापना भगत सिंग यांनी केली होती. यावेळी ही सभा 'हिंदुस्थान समाजवादी गणतांत्रिक सेने'चाच एक भाग झाली होती. या सदस्यांना या निदर्शनामध्ये त्यांनी लाला लजपतराय यांच्या नेतृत्त्वाखाली काम करण्याच्या सूचना देण्यात आल्या होत्या.

कमिशन येण्याची वाट पाहत स्टेशनवर निदर्शकांची खूप मोठी गर्दी जमा झाली होती. लोहोरचा पोलिस अधिक्षक स्कॉट आपल्या इतर अधिकाऱ्यांसह आणि पोलिस दलासंह तिथे उपस्थित होता. कमिशनला सहजपणे वाचविण्यासाठी त्याने सहाय्यक अधिक्षक सॅण्डर्सला नियुक्त केले होते. तसेच निदर्शकांना मार्गातून हटविण्यासाठी आवश्यकता पडल्यास लाठी हल्ला करावा, अशी त्याला सूचना देण्यात आली होती. सॅण्डर्सने आधीच गर्दीवर लाठी हल्ला केला. निदर्शक इकडे तिकडे पांगले. रस्ता मोकळा झाला, पण लाला लजपतराय आणि नौजवान भारत सभेचे सदस्य आपल्या जागेवरच ठाम होते. सॅण्डर्सने ही गोष्ट स्कॉटला सांगितली आणि शिपायांना गर्दी हटविण्याचा आदेश दिला. गर्दी तरीही मागे सरली नाही. तेव्हा सॅण्डर्स स्वतः हातात लाठी घेऊन गर्दीवर तुटून पडला. लालजींच्या मागे अमाप गर्दी होती. समोरून लाठी चार्ज होत होता. नवयुवक लालजींना घेराव घालून त्यांचे रक्षण करीत होते. तेवढ्यात सॅण्डर्सची एक लाठी लालजीच्या छत्रीवर पडली. छत्री तुटली. त्यानंतर स्कॉट स्वतः भूकेल्या लांडग्याप्रमाणे निदर्शकांवर तुटून पडला. लालजीचे डोके, खांदे यावर लाठ्या पडल्या. ते रक्ताने नाहूण निघाले. त्यावर लालजी म्हणाले, "पोलिसांच्या जुलमी वागण्यामुळे अहिंसक स्वरूपाच्या या निदर्शनाचा शेवट केला आहे." शेवटी त्यांनी आदेश दिल्यामुळे निदर्शने थांबविण्यात आली.

त्याच संध्याकाळी लाहोर, मोरीगेटच्या मैदानावर पोलिसांच्या या निर्दयी वागणुकीच्या विरोधात एक सभा झाली. पोलिस उपअधिक्षक नीलही तिथे होते. तेव्हा लालजी आपल्या भाषणात म्हणाले,

"जे सरकार निशस्त्र लोकांवर अशा प्रकारे हल्ला करते, त्याला सभ्य सरकार म्हटले जाऊ शकत नाही. तसेच असे सरकार कायम राहू शकत नाही. मी त्यांना असे आव्हान देतो की या सरकारच्या पोलिसांनी माझ्यावर जो वार केला आहे, तोच एके दिवशी या सरकारला घेऊन बुडणार आहे. मी अशी घोषणा करतो की मला ज्या जखमा झाल्या आहेत, ते भारतातील इंग्रजी सरकारच्या कफनावरील शेवटचा खिळा ठरणार आहे."

त्यानंतर लालजींनी इस्पितळात नेण्यात आले. तिथेच त्यांचे या घटनेच्या २९ व्या दिवशी म्हणजे १७ नोव्हेंबर १९२८ रोजी जखमांमुळे निधन झाले.

लालजींच्या मृत्यूमुळे सर्व देश शोकसागरात बुडाला. पोलिसांच्या या निर्दयी वागण्याची सर्वत्र निंदा करण्यात आली. क्रांतिकारी याचा बदला घेण्यासाठी अधीर झाले होते.

सॅण्डर्सची हत्त्या

लालजीच्या मृत्यूच्या वेळी 'हिंदुस्थान समाजवादी गणतांत्रिक सेने' चे काही सदस्य लाहोरमध्ये उपस्थित होते. त्यामुळे ते या हत्त्येचा बदला घेण्याचा विचार करीत होते. या पक्षाचे कोणतेही कार्य केंद्रिय समितीच्या सदस्यांनी बहुमताने निर्णय घेतल्याशिवाय अंमलात येत नव्हता. अद्याप़ फणिंद्रनाथ आणि शिव वर्मा लाहोरमध्ये नव्हते, तरीही इतर सर्व सदस्य या योजनेच्या बाजूने होते. लगेच निर्णय घ्यायचा होता, त्या दोन सदस्यांना इतक्या लवकर बोलावणे शक्य नव्हते. त्यामुळे डिसेंबर १९२८च्या पहिल्या आठवड्यात लाहोरमधील मजंग मोहल्ल्यामध्ये एका घरात समितीची बैठक झाली आणि बदला घेण्याचा निर्णय घेण्यात आला.

योजनेची रुपरेषा

लाहोरचे पोलिस अधिक्षक स्कॉटला मारण्याची योजना आखण्यात आली. ती प्रत्यक्षात आणण्यासाठी चंद्रशेखर आझाद, भगतसिंग, शिवराम, राजगुरू, आणि

जयपाल या चार युवकांचे एक दल नियुक्त करण्यात आले. काही दिवस आधी स्कॉटचा येण्या जाण्याचा रस्ता पाहण्यासाठी आणि त्याच्या हालचालीचे निरीक्षण करण्यासाठी पाठविण्यात आले. जयगोपाल या सर्वांवर नजर ठेवून होता.

ठरलेल्या दिवशी १५ डिसेंबर १९२८ रोजी जयगोपालला पोलिसांच्या कार्यालयात काही वेळ आधी पाठविण्यात आले. तो सायकल घेऊन पोहचला. त्याने सायकल गेटच्या बाहेर अशा प्रकारे उभी केली होती की जणू काही तिच्यात काही तरी बिघाड आहे. भगतसिंग आणि राजगुरू यांनी हत्त्या करायची होती. चंद्रशेखर आझाद गेटच्या समोर डी.ए.व्ही कॉलेजच्या भिंतीमागे लपून बसले होते. हत्त्या केल्यावर भगतसिंग आणि राजगुरू पळून जातील तेव्हा त्यांचा पिछा करणाऱ्यांना अडवायची त्यांच्यावर जबाबदारी सोपविण्यात आली होती. असे कार्य करण्यात ते अतिशय तरबेज होते. रस्त्यावर सायकल उभे करण्याचा उद्देश असाच होता की जर शिकाऱ्यावर गोळी मारण्याचा नेम चुकला तर सायकलवर बसून त्याच पाठलाग करता यावा.

ठरलेल्या वेळी सर्व लोक आपापल्या ठिकाणी पोहचले. इथे एक चूक अशी झाली की जयगोपाल वास्तवात सॅण्डर्सलाच स्कॉट समजले होते. सॅण्डर्स आपल्या मोटारसायकलवर बसून कार्यालयाच्या गेटवर आला, जयदेवने लगेच इशारा केला आणि राजगुरूने लगेच त्याच्या मानेवर गोळी झाडाली. सॅण्डर्स मोटारसायकलसह लगेच खाली कोसळला. त्यानंतर काहीही चूक राहू नये म्हणून भगतसिंग यांनी सॅण्डर्सच्या डोक्यात धडाधड चार-पाच गोळया मारल्या. काम संपल्यावर दोघेही डीएव्ही कॉलेजच्या मैदानाच्या दिशेने पळून गेले. त्यावर कार्यालयाच्या बाहेर उभा असलेला एक शिपाई आरडा ओरडा करू लागला. तेव्हा ट्राफिक इन्सपेक्टर फर्न आणि इतर दोन शिपाई त्यांचा पाठलाग करीत धाऊ लागले. भगतसिंगने फर्नवर गोळी चालविली, पण त्याने आपली मान वाकवून गोळी चुकविली. या प्रयत्नात तो खाली पडला. दुसरे शिपाई आश्चर्यचकीत झाले, पण त्यांनी पाठलाग करणे सोडले नाही. त्यावर आझाद यांनी आपले माऊजर पिस्तूल रोखून त्यांना पळून जाण्याचा इशारा केला. चाननसिंह जरा जास्तच शौर्य दाखवू लागला. त्याने पाठलाग करणे सोडले नाही. तेव्हा आझाद यांनी गोळी चालविली. नेम अचूक होता. तो नेहमीसाठी खाली कोसळला.

चाननसिंह खाली पडल्यामुळे पाठलाग करण्याची कोणाची हिमंत झाली नाही.

चंद्रशेखर आझाद, भगतसिंग आणि राजगुरू डी.ए.व्ही कॉलेजच्या हॉस्टेलमध्ये पोहचले. तिथून चंद्रशेखर आझाद आणि राजगुरू सायकलवर बसून मागच्या गेटने पळून गेले. भगतसिंग थोड्या वेळानंतर आपल्या एका सोबत्याचा कोट, पँट, हॅट आणि काही पैसे घेऊन गेले.

आता पोलिस पूर्णपणे सतर्क झाले होते. लाहोरची चारही बाजूने नाकाबंदी करण्यात आली होती. लक्षात घेण्यासारखी गोष्ट अशी की भगतसिंग यांनी आपला पाठलाग करणाऱ्या फर्नवर गोळी चालविली होती तेव्हा त्यांना दोन शिपायांनी ओळखले होते. त्यामुळे त्यांना शहरातून बाहेर पडणे अवघड होते. ही गोष्ट लक्षात घेऊन त्यांनी आपले केस आणि दाढी कापून टाकली.

लाहोरमधून पलायन

लाहोरमध्ये जमा झालेले पक्षाचे इतर सदस्य एकेक करून फिरोजपूर, अमृतसर इ. ठिकाणी निघून गेले. पण या तिघांना तिथून बाहेर पडणे इतके सोपे नव्हते. त्यामुळे त्यासाठी एक विशेष युक्ती योजण्यात आली. भगतसिंग आता केशविरहीत झाल्याचे आधीच नमूद केले आहे. त्यामुळे लाहोरच्या बाहेर पडण्यासाठी एक नाटक करण्यात आले. यामध्ये प्रसिद्ध क्रांतिकारक भगवतीचरण वर्मा यांच्या पत्नी दुर्गादेवी यांची मदत घेण्यात आली. त्या स्वतःही एक क्रांतिकारक होत्या. या पक्षाच्या सदस्याही होत्या. पक्षातील सर्व सदस्य त्यांना दुर्गा भाभी म्हणत असत. दुर्गा भाभी गोऱ्या मॅडम झाल्या आणि भगतसिंग स्वतः साहेब झाले तर राजगुरू त्यांचे नोकर झाले. कलकत्ता मेल लाहोरहून सकाळी सहा वाजता निघत असे. त्यामुळे तिघेही योग्य वेळी स्टेशनवर पोहचले. भगतसिंग यांनी ओव्हर कोटाची कॉलर उभी केली होती. थंडीचे दिवस होते त्यामुळे कोणाला संशय येणे शक्य नव्हते. प्लॅटफॉर्मवर जिकडे तिकडे पोलिसच पोलिस होते. भगतसिंग यांच्या कडेवर दुर्गा भाभीचे लहान बाळ शची होते. ते मुलाच्या मागे आपला चेहरा लपवून निघाले होते. त्यांच्या आणि राजगुरू यांच्या खिशात भरलेले पिस्तुल होते. पोलिसांशी सामना करण्याची वेळ आली तर उपयोगी पडावे यासाठी ते होते. अशा गंभीर परिस्थितीमध्ये लहान मुलासह दुर्गा भाभींचा या नाटकातील सहभाग एक महान त्याग आणि कौतुकास्पद धाडसी कार्य होते. या कामासाठी त्यांचे करावे तितके कौतुक कमीच आहे. हे लोक

पहिल्या वर्गाचे तिकिट काढून डब्यामध्ये बसले. पोलिसांच्या डोळयात धूळ फेक करून लाहोरवरून कलकत्याला निघाले.

चंद्रशेखर आझाद वेशांतर करण्याच्या कलेमध्ये निपूण होते. या गोष्टीची चर्चा या आधीही केली आहे. त्यामुळे त्यांनी इतर काही सोबत्यांना घेऊन मथुरेतील पंड्यांची एक टोळी बनविली. स्वतः त्या टोळीचे गुरू झाले. कपाळावर चंदनाचा टिळा, रामनाम असलेले उत्तरीय, हातामध्ये गीता आणि कीर्तन करीत ते याच ट्रेनच्या दुसऱ्या एका डब्यामध्ये जाऊन बसले. लखनौसाठी निघाले. पोलिसांचे जाळे तसेच पसरलेले राहिले.

या घटनेचे थोडक्यात वर्णन श्री मन्मथनाथ गुप्ता यांनी खालील प्रमाणे शब्दात केले आहे,

"थोड्याच वेळात सर्व पंजाबमधील पोलिस सतर्क झाले आणि साम्राज्यवाद्याचे कुत्रे चारही बाजूला वास घेत फिरू लागले. भगतसिंग, राजगुरू आणि आझाद डीएव्ही कॉलेजच्या परिसरातून तर बाहेर पडले होते, पण अद्याप ते लाहोरमध्येच होते आणि लाहोर मधील वातावरण खूप तापले होते. भगतसिंग यांनी आपले केश वगैरे कापून टाकले होते आणि असे म्हटले जाते की दुर्गा देवी आणि त्यांचा मुलगा शची याला सोबत घेऊन अतिशय थाटात त्यांनी रेल्वेचा पहिल्या वर्गाचा प्रवास केला. राजगुरू त्यांचे नोकर झाले होते. चंद्रशेखर आझाद तीर्थ यात्र करणाऱ्याची टोळी बनवून त्यांच्या सोबत एका पंड्याच्या रूपात लाहोरमधून बाहेर पडले."

काही पुस्तकांमध्ये असे लिहिलेले आढळते की भगतसिंग साहेब आणि आझाद मेमसाहेबा झाले होते. पण ही गोष्ट सहज पटण्यासारखी नाही. कारण सुंदर पुरूषासारखे आकर्षक शरीर असलेले आझाद यांचे रूप स्त्रीच्या स्वरूपात कसे दिसत असेल याची कल्पनाही हास्यास्पद वाटते. असे शरीर कितीही लपविण्याचा किंवा झाकण्याचा प्रयत्न केला तरीही ते आपली गोष्ट स्वतः सांगते की मी पुरूष आहे, स्त्री नाही. त्यामुळे दुर्गा भाभीच मेम झाल्या होत्या, ही गोष्ट जास्त संयुक्तिक वाटते. बहुतेक पुस्तकात हेच लिहिले आहे आणि तेच योग्य असल्याचे पटते.

काही पुस्तकांमध्ये लिहिण्यात आले आहे की राजगुरू आणि आझाद आमृतसरलाच उतरले, पण काही पुस्तकात ते लखनौला उतरल्याचे नमूद केले आहे. जे काही असेल ते असो, एवढे मात्र खरे की ते यशस्वीरित्या लाहोरमधून बाहेर पडले.

त्यानंतर भगतसिंग कलकत्याला गेले. तिथूनच भूमिगत होऊन ते पक्षासाठी

काम करू लागले. काही दिवस म्हणजे सुमारे साडे चार महिने या पक्षाच्या प्रत्यक्ष कारवाया थांबल्या होत्या. यावेळी असे करणे आवश्यकही होते कारण सॅण्डर्सच्या हत्त्येमुळे पोलिस अधिक सावधपणे काम करीत होते.

असेम्बलीमध्ये धमाका

सॅण्डर्सला यमलोकी पाठविल्यानंतर कलकत्ता प्रवासादरम्यान भगतसिंग यांनी बॉम्ब तयार करणाऱ्या कुशल क्रांतिकारकांशी संपर्क साधला. तसेच त्यांच्या सहकार्याने संयुक्त प्रांतात तसेच पंजाबमध्ये बॉम्ब तयार करणारे कारखाने सुरू केले. तिथे बॉम्बची निर्मिती होऊ लागली.

'हिंदुस्थान समाजवादी गणतांत्रिक सेने'च्या मध्यवर्ती समितीने निर्णय घेतला की केंद्रिय असेम्बलीवर बॉम्ब फेकला जावा. याचा उद्देश फक्त सरकारबद्दल आपला विरोध व्यक्त करणे होता, कोणाची हत्त्या करणे नाही. बॉम्ब स्फोट करणाऱ्या सदस्यांना ही गोष्ट स्पष्टपणे सांगण्यात आली होती की, बॉम्ब अशा ठिकाणी फेकला जावा, ज्यामुळे कोणाला काही नुकसान होणार नाही. तसेच हे बॉम्ब सामान्य दर्जाचे होते त्यामुळे कोणी जखमी होणार नव्हते. चंद्रशेखर आझाद, भगतसिंग आणि पक्षाचे इतर अनेक सदस्यांच्या मनात असे काही तरी करण्याची इच्छा होती. निर्णय घेतल्यानंतर पहिल्यांदा बॉम्ब फेकण्याच्या कामापासून भगतसिंग यांना दूर ठेवण्याचेच ठरविण्यात आले. कारण सॅण्डर्स हत्त्या प्रकरणात पोलिस त्यांचा अतिशय कसून शोध घेत होते. हा निर्णय घेताना भगतसिंग उपस्थित नव्हते, पण जेव्हा त्यांना या निर्णयाबद्दल सांगण्यात आले तेव्हा ते अडून बसले. हे काम आपल्यावरच सोपवावे असे त्यांचे म्हणणे होते. चंद्रशेखर आझाद यांची तशी इच्छा नव्हती. त्यांनी लाख समजावून सांगितले तरीही भगतसिंग ऐकायला तयार नव्हते. पक्षाच्या केंद्रिय समितीने मग या कामासाठी भगतसिंग यांचेच नाव बहुमताने नक्की केले. कारण यासाठी तेच सर्वात योग्य व्यक्ती असल्याचे समजण्यात आले. बहुमताने घेतलेला निर्णय आझाद यांनाही मान्य करावा लागला.

त्यानंतर योजनेची रूपरेषा आखण्यात आली. चंद्रशेखर आझाद यांचे मत होते की बॉम्ब स्फोट केल्यानंतर क्रांतिकारकांनी पळून जायला हवे. त्यासाठी ते असेम्बलीला भेटही देऊन आले होते. पूर्ण निरीक्षण केल्यानंतर त्यांना याची खात्री पटली होती

की, असेम्बलीमधून पळून जाणे अवघड नव्हते. कुठून पळून जायचे हे नक्की करण्यासाठी त्यांनी नकाशाही तयार केला होता. तसेच या क्रांतिकारकांना घेऊन जाणारी मोटार कुठे उभी करायची हेही त्यांनी नक्की केले होते. भगतसिंग यांचे मत मात्र यापेक्षा एकदम वेगळे होते. पळून जाण्याची त्यांची इच्छा नव्हती तर अटक करुन घेणे उत्तम असल्याचे त्यांचे मत होते. त्यासाठी त्यांचा असा तर्क होता की, अटक करवून घेतल्यानंतरच पक्षाचे विचार सामान्य लोकांपर्यंत आणि परदेशात पोहचविणे शक्य होणार होते. कारण न्यायालयामध्येच सर्वांसमोर आपले विचार मांडता आले असते. शेवटी भगतसिंग यांचेच म्हणणे मान्य करण्यात आले. मन्मथनाथ गुप्त यांनी दिलेल्या तपशीलानुसार भगतसिंग यांना हा सल्ला सुखदेव यांनी दिला होता. सुखदेव यांच्या मतानुसार भगतसिंग हेच पक्षाचे आदर्श आणि ध्येय न्यायालयासमोर सर्वोत्तम पद्धतीने मांडू शकले असते,

"त्यांचे असे म्हणणे होते की पकडले गेल्यानंतर न्यायालयाच्या व्यासपीठावरून पक्षाचे सिद्धांत, आदर्श, उद्देश आणि बॉम्ब स्फोटाचे राजकीय महत्त्व भगतसिंगच चांगल्या प्रकारे मांडू शकत होते. या संबंधात केंद्रिय समितीच्या बैठकीच्या आधी त्यांच्या वतीने भगतसिंग यांना असा आग्रह करण्यात आला होता की, त्यांनी स्वतः हे कार्य करावे. केंद्रिय समितीच्या दुसऱ्या सदस्यांना ते आपले म्हणणे मान्य करायला लाऊ शकले नाही, तेव्हा भगतसिंग यांना वेगळे नेऊन त्यांनी आपले म्हणणे मान्य करायला लावले. तुमच्याशिवाय दुसरे कोणी पक्षाचा उद्देश मांडू शकत नाही, हे तुम्हाला माहीत असताना तुम्ही केंद्रिय समितीला हा निर्णय कसा काय घेऊ दिला की तुमच्या ऐवजी दुसरे कोणी तरी बॉम्ब फेकण्यासाठी जावे. "

लक्षात घेण्यासारखी गोष्ट अशी की याच्या आधी बॉम्ब टाकण्यासाठी बटुकेश्वर दत्त आणि विजयकुमार सिन्हा यांच्या नावाचा निर्णय घेण्यात आला होता. बटुकेश्वर दत्त यांच्या या शब्दाने भगतसिंग यांना खूप दुःख झाले आणि ते दत्त यांना म्हणाले,

"असेम्बलीमध्ये बॉम्ब फेकण्यासाठी मीच जाणार आहे. केंद्रिय समितीला माझे म्हणणे मान्य करावेच लागेल. तू माझा जो अपमान केला आहेस, त्याचे उत्तर मी देणार नाही. यानंतर तू कधीही माझ्याशी बोलायचे नाही."

भगतसिंग यांच्यासोबत बॉम्ब टाकण्यासाठी बटुकेश्वर दत्त यांना त्यांचा सहकारी बनविण्यात आले.

आझाद यांचे नाव यासाठी कोणीही पुढे केले नाही. कारण सर्व सदस्यांच्या

मनामध्ये पक्षाच्या भवितव्यासाठी त्यांचे अशा प्रकारच्या प्रकरणात सहभागी न होणेच योग्य होते.

केंद्रिय असेम्बलीमध्ये दोन विधेयके मांडण्यात आली होती, जन सुरक्षा विधेयक आणि औद्योगिक विवाद विधेयक. पहिल्या विधेयकाचा उद्देश राजकीय आंदोलन चिरडून टाकणे होता, तर दुसऱ्या विधेयकाचा उद्देश मजुरांना संप करण्याच्या अधिकारांपासून वंचित करण्याचा होता. त्यामुळे ही दोन्ही विधेयके वादाचे मूळ झाली होती. लोकांना याची पूर्ण खात्री होती की असेम्बलीमध्ये ही दोन्ही विधेयके नामंजूर झाली तरीही सरकार व्हाईसरायच्या विशेष अधिकाराने ती मंजूर करणार आहे.

८ एप्रिल १९२९ रोजी असेम्बलीमध्ये या दोन्ही विधेयकांवर निर्णय घेतला जाणार होता. त्यामुळे भगतसिंग आणि बटुकेश्वर दत्त यांच्या नावे असेम्बलीमधील एका नामनिर्देशीत सदस्याच्या शिफारशीनुसार दोन पास बनविण्यात आले होते. दोघांनी खाकी शर्ट आणि पँट घातली होती. जयदेव कपूर त्यांना असेम्बलीमध्ये योग्य ठिकाणी बसवून आले. तिथून बॉम्ब फेकण्यासाठी कोणत्याही प्रकारची अडचण येणार नव्हती. तसेच कोणी जखमीही होणार नव्हते.

असेम्बलीची कार्यवाही सुरू झाली. जनसुरक्षा विधेयकाला मोठ्या प्रमाणात विरोध होत होता. दुसरे औद्योगिक विवाद विधेयक मंजूर झाले होते. (या विषयी वेगवेगळ्या पुस्तकात वेगवेगळे वर्णन आहे. मन्मथनाथ गुप्त यांचे मते अशीच स्थिती होती. जी वर मांडली आहे. इतर काही पुस्तकांनुसार दोन्ही विधेयके नामंजूर करण्यात आली होती, पण ती व्हाईसरायच्या विशेष अधिकाराने मंजूर केली जाणार असल्याची घोषणा करण्यात येणार होती.) अध्यक्ष आपला निर्णय सांगण्यासाठी उभे राहताच भगतसिंग आणि बटुकेश्वर दत्त आपापल्या जागी उभे राहिले. भगतसिंग यांनी सरकारी बेंचांच्या मागे असलेल्या रिकाम्या जागेवर बॉम्ब फेकला. भयंकर स्फोट झाला. सर्व लोक आश्चर्यचकीत झाले. त्यांना काय झाले ते कळायच्या आधीच दुसरा बॉम्ब फेकण्यात आला. त्यामुळे लोक आपली शुद्ध हरवून बसले. सर जॉर्ज शूस्टर टेबलाखाली जाऊन लपले. या गडबडीत थोडी चेंगरा चेंगरी झाल्यामुळे किरकोळ जखमा झाल्या. पूर्ण हॉल निळ्या धुराने भरून गेला होता. दोघांनीही 'इन्कलाब जिंदाबाद' आणि 'साम्राज्यवादाचा विनाश हो' अशा घोषणा दिल्या. पत्रके फेकली. ज्यामध्ये लिहिले होते,

"बहिऱ्यांना ऐकू जाण्यांसाठी उच्च रवातील आवाजाची आवश्यकता असते." फ्रान्सचे अराजकतावादी हुतात्मे वेलाने अशाच प्रंसगी काढलेल्या या अमर शब्दांतून आपण आपल्या कामाचे औचित्य सिद्ध करू शकतो.

शासन सुधारणेच्या नावाखाली ब्रिटिश सत्तेच्या वतीने मागील दहा वर्षांत आपल्या देशाचा जो अपमान केला आहे, त्या निंदनीय गोष्टीची पुनरूक्ती करण्याची आमची इच्छा नाही. भारतीय राष्ट्रीय नेत्यांसोबत केलेल्या अपमानाचाही आम्हाला उल्लेख करायचा नाही. जो या असेम्बलीने केला आहे. ज्याला पार्लमेंट म्हणतात.

आम्हाला इथे हे स्पष्ट करायचे आहे की काही लोकांना सायमन कमिशनच्या नावावर जे काही उष्टे तुकडे मिळणार म्हणून प्रतीक्षेत आहेत, तसेच मिळणाऱ्या या हाडकासाठी त्यांनी भांडणेही सुरू केली आहेत. याच वेळी सरकारही भारतीय जनतेवर दमन करणारे कायदे लादत आहे. जसे जनसुरक्षा बिल आणि औद्योगिक विवाद बिल. याच्या बरोबरीने प्रेस सिडीशन बिलही असेम्बलीच्या पुढील अधिवेशनात मांडण्यात येणार आहे. कामगार नेते जे मोकळ्या स्वरूपात काम करीत आहेत, त्यांच्या अंदाधूंद अटकेवरून हे स्पष्ट होते की सरकारची दिशा काय आहे.

या भयानक उत्तेजक परिस्थितीमध्ये 'हिंदुस्थान समाजवादी गणतांत्रिक सेना' ने पूर्ण गंभीरपणे आपली जबाबदारी स्वीकारत आपल्या सेनेला हे कार्य करण्याचा आदेश दिला आहे, ज्यामुळे कायद्याचा हा अपमानास्पद वापर बंद होईल. परदेशी सरकारची शोषक नोकरशाही वाटेल ते करो, पण त्यांचे नागडे रूप लोकांसमोर आणणे अतिशय आवश्यक आहे.

लोकांनी निवडून दिलेल्या प्रतिनिधींनी आपापल्या मतदारसंघात परत जावे आणि लोकांना आगामी क्रांतिसाठी सज्ज करावे. सरकारने हे समजून घ्यायला हवे की, जनसुरक्षा बिल आणि औद्योगिक विवाद बिल, लालाजींच्या निर्दयी हत्येचा असह्य भारतीयांच्या वतीने विरोध करताना आम्ही या गोष्टीवर जास्तीत जास्त भर देतो की इतिहासाने हे अनेक वेळा सिद्ध केले आहे की व्यक्तीची हत्या करणे सोपे आहे, पण तुम्ही त्याच्या विचारांची हत्या करू शकत नाहीत. मोठ मोठी साम्राज्ये

लयाला गेली आहेत, पण विचार मात्र जिवंत आहेत. फ्रान्सचे ब्रुआ आणि रशियातील जार नष्ट झाले आहेत, पण क्रांतिकारक मात्र विजयाच्या सफलतेसह पुढे जात आहेत.

आम्ही मानवी जीवन पवित्र असल्याचे समजतो. आम्ही अशा प्रकारच्या उज्ज्वल भविष्यावर विश्वास ठेवतो, ज्यामध्ये प्रत्येक व्यक्तीला पूर्ण स्वातंत्र्य आणि शांततेचा वापर करता यायला हवा. आम्ही मानवी रक्त वाहविण्यासाठी असलेल्या मजबुरीबद्दल दुःखी आहोत. अर्थात क्रांतिसाठी मानवी बलिदानाची आवश्यकता असते. 'इन्कलाब जिंदाबाद.' "

हे पत्रक पक्षाच्या कमांडर -इन -चिफच्या वतीने लिहिले होते. यामध्ये स्वाक्षरीच्या ठिकाणी बलराज लिहिण्यात आले होते.

या घटनेचे वर्णन श्री मन्मथनाथ गुप्त यांनी खालील शब्दांमध्ये केले आहे,

"इ.स. १९२९ मधील ८ एप्रिलची ही घटना आहे. त्यावेळच्या केंद्रिय असेम्बली मध्ये पब्लिक सेफ्टी नावाचे एक बिल विचारार्थ मांडण्यात आले होते. दोन्ही बाजूने त्यावर मते मांडली जात होती. 'ट्रेड डिस्प्युटस' बिल जास्त मताने मंजूर झाले होते. सभापती पटेल पब्लिक सेफ्टी बिलावर आपला निर्णय देण्यासाठी तयार होते. सर्वांच्या नजरा त्यांच्या दिशेने खिळल्या होत्या. अतिशय उत्तेजना असलेली ती वेळ होती. अशा वेळी प्रेक्षक गॅलरीतून अचानक एक बॉम्ब टाकण्यात आला. तो पडताचा दहशतवादाचा धूर पसरला. सर जॉर्ज शूस्टर आणि सर बामनजी दलाल इ. काही व्यक्ती किरकोळ जखमी झाल्या होत्या. बॉम्ब फेकणारे दोन नवयुवक होते. एकाचे नाव सरदार भगतसिंग होते आणि दुसऱ्याचे नाव बटुकेश्वर दत्त."

पूर्व निर्धारित योजनेनुसार या दोन युवकांनी स्वतःला अटक करवून घेतली. त्यानंतर न्यायाचे दीर्घ नाटक करण्यात आले. ज्याचा शेवट अंतिमतः भगतसिंग, राजगुरू आणि बटुकेश्वर यांना फाशी तर इतर काही क्रांतिकारकांना विविध प्रकारचा तुरूंगवास सुनावण्यात झाला. याचे वर्णन योग्य ठिकाणी करण्यात आले आहे.

व्हाईसरायची गाडी उडविण्याची योजना

असेम्बली बॉम्ब कांडासाठी भगतसिंग आणि बटुकेश्वर दत्त यांना अटक केल्यानंतर त्यांच्यावर सॅण्डर्सच्या हत्येच्या कटाचा आरोपही ठेवण्यात आला. त्यांच्या पक्षातील

अनेक सदस्य या हत्त्येच्या संदर्भात अटक करण्यात आले. त्यामुळे पक्ष एक प्रकारे छन्न-विछिन्न झाला होता. तरीही आझाद या पक्षाचे सेनापती होते. एका योग्य, धाडसी आणि कर्मठ सेनापतीचे सर्व गुण त्यांच्यामध्ये होते. त्यांच्यासोबतच भगवतीचरण बोहरा, त्यांची पत्नी दुर्गादेवी, सुशिला दिदी, श्री यशपाल इ. योग्य क्रांतिकारकही त्यांच्यासोबत होते. त्यामुळे पक्षाचे कार्य निरंतर सुरू होते.

याच कार्यक्रमाच्या अंतर्गत व्हाईसरायची विशेष रेल्वे गाडी बॉम्बने उडवून देण्याची योजना आखण्यात आली. आधी त्यासाठी २७ ऑक्टोबर १९२९ चा दिवस नक्की करण्यात आला होता. पण नंतर काही अपरिहार्य कारणामुळे त्या दिवशी हे काम पार पडू शकले नाही. मग त्यासाठी २३ डिसेंबर १९२९ हा दिवस नक्की करण्यात आला.

या कामासाठी खूप मोठी तयारी करावी लागली. पक्षातील एक सदस्य साधूच्या वेशामध्ये निजामुद्दिनला प्रकरणाचे निरीक्षण करण्यासाठी पाठविण्यात आला. त्या काळात व्हाईसरायची गाडी कोल्हापूरहून दिल्लीला येणार होती. त्याच्या काही दिवस आधीच रेल्वे पटरीच्या खाली बॉम्ब योग्य प्रकारे लावण्यात आला होता. हा बॉम्ब काही शेकडो गजावर एका बॅटरीशी जोडण्यात आला होता. इथून बटन दाबल्यावर स्फोट होणार होता. नाही तर त्याच्या वरून अनेक दिवस रेल्वे गाड्या जात होत्या, पण काहीही नुकसान झाले नाही. जेव्हा व्हाईसरायची गाडी त्यावरून आली तेव्हा स्वीच ऑन केला गेला. स्फोट भयंकर होता, पण आपल्या सुदैवाने व्हाईसराय वाचला. फक्त काही सेकंद उशीर झाला, परिणामी व्हाईसराय वाचला. त्याच्या डब्ब्याच्या मागील तिसरा डब्बा उडाला होता.

या घटनेमुळे पुन्हा जोरदार धमाका केला. पोलिस आधीपासूनच सतर्क होते. आता तर आणखीन चवताळले. त्यांनी आपले प्रयत्न पहिल्यापेक्षा अधिक वेगवान केले.

काँग्रेसच्या १९३० मधील लाहोर अधिवेशनात पहिल्यांदा भारतासाठी संपूर्ण स्वातंत्र्याची मागणी करण्यात आली. दुसऱ्या बाजूला या घटनेची निंदा करण्यात आली. त्याचा मुख्य भाग काहीसा असा आहे,

"ही काँग्रेस व्हाईसरायच्या ट्रेनवर झालेल्या बॉम्बस्फोट कृत्याचा निषेध करते. तसेच आपला हा निश्चय व्यक्त करते की, अशा प्रकारची कार्ये फक्त काँग्रेसच्या उद्देशांच्या प्रतिकूल आहेत असे नाही, तर त्यामुळे राष्ट्रीय हिताचेही नुकसान होते.

ही कॉंग्रेस व्हाईसराय, श्रीमती इर्विन आणि गरीब नोकरांसह त्यांच्या सोबत्याचे या गोष्टीसाठी विशेष अभिनंदन करते की, ते सुदैवाने बालंबाल बचावले आहेत.”

व्हाईसरायची ट्रेन बॉम्बने उडविण्याचा प्रयत्न फसल्यावरही चंद्रशेखर आझाद यांच्या नेतृत्त्वाखाली पक्ष सक्रिय राहिला. त्यानंतरही अनेक ठिकाणी बॉम्बस्फोट करण्यात आले. दरोडे आणि हत्या करण्याच्या योजना आखण्यात आल्या; पण या सर्व योजनांमध्ये अपेक्षित यश काही मिळाले नाही. उलट पोलिस मात्र या पक्षाच्या सदस्यांना अटक करण्यासाठी हात धुवून त्यांच्या मागे लागले. ऑगस्ट १९३० मध्ये या पक्षाचे चार सदस्य रुपचंद, इंद्रपाल, जहॉंगिर लाल आणि कुंदनलाल यांना अटक करण्यात आली. त्यानंतर इतरही अनेक सदस्यांना अटक करण्यात आली. एकूण सव्वीस सदस्यांना पोलिसांनी अटक केली होती; पण पक्षाचे अध्यक्ष चंद्रशेखर आझाद, यशपाल, सुशीला दीदी, दुर्गाभाभी, हंसराज आणि प्रकाशवती इ. पोलिसांच्या हाती लागले नाहीत. त्यामुळे शेवटी त्यांना फरारी घोषित करण्यात आले.

सुखदेवराजही पोलिसांच्या हाती लागले नव्हते. सर्व फरार आरोपींच्या शोधासाठी पोलिसांचे खबरे फिरत होते. एके दिवशी पोलिसांना माहिती मिळाली की सुखदेवराज दुसऱ्या एका युवकासोबत लाहोरमधील शालिमार पार्कमध्ये आहेत. त्यामुळे पोलिसांनी त्या पार्कला घेराव घातला. तिथे सुखदेवराज यांचा तर काही पत्ता लागला नाही, पण जगदिशराज नावाचा एक युवक पोलिसांशी लढता लढता गोळीने मारला गेला.

अटक करण्यात आलेल्या या व्यक्तींना विविध प्रकारच्या शिक्षा ठोठावण्यात आल्या. गुलाबसिंह, जहॉंगिर लाल आणि अमेरिकी सिंह यांना आधी फाशीची शिक्षा ठोठावण्यात आली होती, पण नंतर अमेरिकीसिंह यांना सोडण्यात आले आणि उर्वरित दोघांना काळ्या पाण्याची शिक्षा ठोठावण्यात आली. उर्वरित गुन्हेगारांना विविध प्रकारच्या तुरूंगवासाची शिक्षा ठोठावण्यात आली.

प्रकरण सातवे

न्यायाचे अटक आणि आझाद

क्रांतिचा मार्ग फुलांची शेज असत नाही तर तलवारीची धार असतो. या मार्गावरून वाटचाल करणाऱ्या प्रत्येकाला हे कटुसत्य माहीत असते. त्यामुळे या मार्गावरून वाटचाल करणे एखाद्या सामान्य माणसाच्या अखत्यारीतले काम नसते. फक्त काही खरे सपुतच त्यावर चालण्यासाठी समर्थ आणि सक्षम असतात. तळहातावर प्राण घेऊन फिरणारी व्यक्तीच या मार्गावर अग्रेसर होऊ शकते. चंद्रशेखर आझाद इ. क्रांतिकारक अशाच प्रकारचे वेडे होते.

असेम्बली बॉम्ब कटाचा खटला

'हिंदुस्थान गणतांत्रिक असोशिएशन' च्या आपल्या सुरूवातीच्या क्रांतिकारी जीवनातच आझाद यांनी पक्षामध्ये आपले एक विशेष स्थान निर्माण केले होते. त्यांचा दुर्दम्य उत्साह आणि अतिशय टोकाची सतर्कता यामुळे पक्षामध्ये त्यांना 'क्वीक सिल्व्हर' (पारा) म्हटले जात असे. आपल्या पूर्ण क्रांतिकारी जीवनात आझाद यांनी आपले हे नाव सार्थक केले. इतक्या अधिक कटांमध्ये ते सहभागी झाले होते; त्यांना पकडण्यासाठी पोलिसांनी आपला सर्व जोर पणाला लावला होता, तरीही पारा हातात धरणे शक्य होत नाही. ते काही पोलिसांच्या हाती लागले नाहीत.

इकडे भगतसिंग आणि बटुकेश्वर दत्त यांनी असेम्बलीमध्ये स्फोट घडवून आणल्यानंतर स्वतःला अटक करवून घेतली होती. अटक केल्यावर पहिल्यांदा चांदणी चौकातील कोतवालीमध्ये नेण्यात आले. इथे त्यांनी साक्ष द्यायला नकार दिला. कारण त्यांना न्यायालयात आपली साक्ष द्यायची होती. त्यानंतर त्यांना

सिव्हिल लाईन पोलिस ठाण्याच्या कोठडीत ठेवण्यात आले. भगतसिंग यांचे वडील सरदार किशनसिंग त्यांना भेटण्यासाठी आले, पण त्यांना भेटू दिले नाही.

२२ एप्रिल १९२० त्यांना पोलिस कोठडीतून दिल्ली येथील तुरूंगात पाठविण्यात आले. सरदार किशनसिंग ३ मे रोजी आपले वकील आसफ अली यांच्यासोबत त्यांना तुरूंगात भेटले. खरं तर सरदार किशनसिंग यांना पूर्ण सामर्थ्यानिशी हा खटला लढायचा होता, पण भगतसिंग मात्र आपल्या बचावासाठी खटला लढण्याच्या विरूद्ध होते.

खटला ७ मे १९२९ रोजी ॲडिशनल मॅजिस्ट्रेट मि. फुल यांच्या न्यायालयात सुरू झाला. हे न्यायालय तुरुंगातच भरविण्यात आले. सरकारच्या वतीने आपली बाजू मांडली गेल्यावर भगतसिंग आणि बटुकेश्वर दत्त यांना आपली साक्ष देण्यासाठी सांगण्यात आले, पण त्यांनी 'आम्ही आपले बयाण सत्र न्यायालयात देऊ' असे म्हणून साक्षी द्यायला नकार दिला. त्यामुळे शेवटी हे प्रकरण सत्र न्यायालयात न्यायमूर्ती मिल्टन यांच्यासमोर पाठविण्यात आले. हे न्यायालयही दिल्ली तुरूंगातच भरविण्यात आले आणि ४ जून १९२९ रोजी खटल्याच्या सुनावणीला सुरुवात झाली. इथे भगतसिंग यांनी आपले प्रसिद्ध ऐतिहासिक भाषण दिले. त्यांच्या या भाषणामुळे पक्षाच्या उद्देशावर सुंदर प्रकाश पडतो. त्याचा संपादित भाग इथे सादर करीत आहोत,

"आमच्या विरूद्ध गंभीर स्वरूपाचे आरोप लावण्यात आले आहेत. मला यावेळी आमच्या वागण्याचे स्पष्टीकरण द्यायचे आहे. या विषयी खालील प्रश्न निर्माण होतात.

१. असेम्बलीमध्ये बॉम्ब टाकण्यासाठी आम्ही गेलो होतो का? जर हो तर त्याचे कारण काय होते?

२. खालच्या न्यायालयाने लावलेले आरोप खरे आहेत की खोटे आहेत?

पहिल्या प्रश्नाचा पूर्वार्ध स्वीकार्य आहे. पण काही सोबत्यांनी घटनेचा असत्य तपशील सादर केला आहे. आम्ही बॉम्ब टाकण्याची जबाबदारी स्वीकारतो. त्यामुळे मी अशी अपेक्षा व्यक्त करतो की आमच्या या वक्तव्याचे योग्य प्रकारे मूल्यांकन केले जाईल. उदाहरणासाठी आम्ही या गोष्टीचा संकेत करतो की 'त्यांनी आमच्यापैकी एकाच्या हातातील पिस्तुल हिसकावून घेतले.' हे एक जाणीवपूर्वक बोलले गेलेले असत्य आहे. वास्तविक ज्यावेळी आम्ही दोघांनी आत्मसमर्पण केले तेव्हा आमच्या कोणाच्याही हातात पिस्तुल नव्हते. ज्या सोबत्यांनी असे सांगितले की त्यांनी आम्हाला

बॉम्ब टाकताना पाहिले आहे, त्यांना हे शुभ्र असत्य बोलण्याबद्दल कोणतीही शिक्षा होणार नाही. आम्ही अशी आशा करतो की ज्या लोकांचे ध्येय न्यायाची शुद्धता आणि निपक्षपातीपणाचे रक्षण करणे आहे. ते या तथ्यातून स्वतः निष्कर्ष काढतील.

पहिल्या प्रश्नाचे उत्तर थोड्याशा विस्ताराने द्यावे लागेल. ज्यामुळे आपण त्याची कारणे आणि परिस्थितीला पूर्ण स्वरूपात आणि खुल्या रूपाने स्पष्ट करू शकूत. ज्याचा परिणाम म्हणून ही घटना घडली. तिने आता ऐतिहासिक रूप धारण केले आहे. तुरूंगामध्ये आम्हाला काही पोलिस अधिकारी भेटले. त्यांच्यापैकी काहींनी आम्हाला हे सांगितले की, विचाराधिन असलेल्या या घटनेच्या नंतर दोन्ही सभागृहाच्या एक विशेष बैठकीला संबोधित करताना लार्ड इरविनने असे म्हटले आहे की आम्ही लोकांनी बॉम्ब टाकून कोण्या एखाद्या व्यक्तीवर नाही तर एका संविधानावर आक्रमण केले आहे. तेव्हा आम्हाला जाणवले की या घटनेच्या महत्त्वाचे योग्य प्रकारे मूल्यांकन केले गेले नाही.

मानवाविषयी आम्हाला वाटणारे प्रेम इतर कोणापेक्षाही कमी दर्जाचे नाही. त्यामुळे कोणत्याही व्यक्तीबद्दल विशेष द्वेष बाळगण्याचे काहीच कारण नाही. याच्या उलट आमच्या दृष्टीने मानवी जीवन इतके पवित्र आहे की त्याचे वर्णन शब्दामध्ये केले जाऊ शकत नाही.

आमचे ध्येय त्या संस्थेबद्दल आपला व्यवहार्य विरोध व्यक्त करणे होते, ज्याने आपल्या सुरूवातीपासूनच फक्त आपली निरूपयोगिताच नाही तर आपल्या नुकसानदायी दूरगामी शक्तीचे नागडे प्रदर्शन मांडले आहे. आम्हाला जितके अधिक चिंतित केले आहे, तितके अधिक आम्ही या निकषावर येऊन पोहचलो आहोत की, या संस्थेच्या अस्तित्त्वाचा उद्देश (असेम्बली) जगासमोर भारतातील दारिद्र्य आणि असाह्यतेचे प्रदर्शन करणे आहे. तसेच हे एक बेजबाबदार आणि स्वेच्छाचारी सत्तेचे, दमनकारी सत्तेचे प्रतिक बनले आहे.

लोकांच्या प्रतिनिधींची मागणी वारंवार केराच्या टोपलीत फेकली जात आहे. सदनाच्या वतीने मंजूर पवित्र प्रस्तावांना तथाकथीत भारतीय संसदेच्या वतीने आपमानाच्या पायाखाली तुडविले जात आहे. दमनकारी आणि स्वेच्छाचारी कायद्यांना अडविण्याच्या संबंधित प्रस्तावांची सर्वाधिक अपमानजनक पद्धतीने उपेक्षा करण्यात आली आहे. तसेच निवडून आलेल्या प्रतिनिधींनी ज्या सरकारी कायद्यांना आणि प्रस्तावांना नाकारले आहे, त्यांनाही सरकारच्या वतीने आपल्या इच्छेनुसार स्वीकृती दिली जात आहे.

थोडक्यात प्रामाणिकपणे प्रयत्न केल्यावरही आमच्या लक्षात ही गोष्ट येत नाही की, अशा संस्थेचे अस्तित्व कोणत्या प्रकारे न्यायसंगत समजले जाऊ शकते. जिचा सन्मान कायम ठेवण्यासाठी भारतातील कोट्यावधी लोकांच्या घामाची कमाई अशा प्रकारे खर्च केली जात आहे. वास्तविक पाहता जी अर्थहीन आणि भूताने आखलेले कट कारस्थान बनून राहिली आहे.

अशा प्रकारे आम्ही त्या नेत्यांच्या मनोवृत्तीचे औचित्य समजू शकत नाही, जे भारताच्या या असाह्य पारतंत्र्याचे पूर्वनियोजित प्रदर्शन करून सार्वजनिक वेळ आणि संपत्ती नष्ट करीत आहेत. आम्ही या विषयी तसेच औद्योगिक विवाद बिल सादर केल्यावर कामगार नेत्यांच्या व्यापक प्रमाणात होणाऱ्या अटकेबद्दल गंभीर प्रकारे चिंता व्यक्त करतो. या विवादावर होणाऱ्या चर्चेची डोळ्यासमोर घडणारी हकिकत जाणून घेण्यासाठी आम्ही असेम्बलीमध्ये आलो तेव्हा आमचा हा समज आणखीनच ठाम झाला की कोट्यावधी कामगारांना या संस्थेकडून काहीही मिळण्यासारखे नाही. शोषितांचा गळा घोटणारी सत्ता आणि निराधार कामगारांचे पारतंत्र्य याचे एक भयानक स्मारक बनून राहिली आहे.

संपूर्ण देशातील प्रतिनिधींना अशा प्रकारे अपमानित केले जात आहे की ज्याला आपण फक्त अमानवी निर्दयता असेच म्हणू शकतो. त्याच्या बरोबरीनेच देशातील कोट्यावधी उपाशी लोक, गरीब लोक, त्यांचे मुलभूत अधिकार तसेच आर्थिक हिताचे एकमेव स्रोत यापासून वंचित केले जात आहेत.

असा कोणताही माणूस, ज्याच्या मनात मूक आणि विवश कामगारांची दुर्दशा यबद्दल सहानुभूती आहे, हे दृष्य शांत राहून पाहू शकत नाही. तसेच ज्यांच्या हृदयामध्ये त्या कामगारांसाठी करुणा आहे, ज्यांनी या शोषकांच्या आर्थिक आकाराच्या निर्माणापासून मुक्त राहून आपले जीवन आणि रक्त वाहिले आहे, ज्यांचे हे सरकार अधिक समर्थक आहे, निर्दयी वेदना निर्माण करण्यामुळे उठणारा आत्म्याचा करूण आवाज दाबू शकते. याचा परिणाम म्हणूनच आम्ही गर्व्हनर जनरलच्या कार्य परिषदेचे माजी सदस्य स्व. श्री. सी. आर. दास यांच्या त्या शब्दांपासून प्रेरणा घेतली आहे, जे त्यानी आपल्या पुत्राला एका पत्रात लिहिले होते. ज्याचा आशय असा होता की, इंग्लडला त्याच्या दुःस्वप्नातून जागे करण्यासाठी बॉम्बची आवश्यकता आहे. आम्ही त्या लोकांच्या वतीने असेम्बलीच्या जमिनीवर बॉम्ब फेकला आहे, ज्यांच्याकडे आपली

हृदयद्रावक वेदना व्यक्त करण्यासाठी दुसरा कोणताही मार्ग नाही. आमचा एकमेव उद्देश हा होता की, आम्ही बहिऱ्यांना आपला आवाज ऐकवू शकू आणि काळाचा इशारा त्या लोकांपर्यंत पोहचवावा, त्याकडे ते दुर्लक्ष करीत आहेत. आम्ही त्या लोकांना इशारा दिला आहे, जो समोर येणाऱ्या परिस्थितीची चिंता न करता, फक्त पुढे धावत निघाले आहेत.

मागील खंडामध्ये आम्ही काल्पनिक अहिंसा शब्दाचा वापर केला आहे. आम्हाला त्याची व्याख्या करायची आहे. आमच्या दृष्टीने शक्तीचा वापर आक्रमण करण्यासाठी केला जातो त्यावेळी अन्यायी होतो. आमच्या दृष्टीने ही हिंसा आहे. पण जेव्हा बळाचा वापर एखाद्या विशेष उद्देशाची पूर्तता करण्यासाठी केला जातो, तेव्हा ते नैतिक दृष्ट्या न्यायसंगत असते. शक्तीच्या वापराचा पूर्णपणे बहिष्कार करणे एक कोरी काल्पनिक शांतता आहे. या देशामध्ये एक नवीन आंदोलन उभे राहिले आहे. ज्याची पूर्वसूचना आम्ही दिली आहे. हे आंदोलन गुरू गोविंदसिंगजी, शिवाजी, कमाल पाशा आणि रिजा खां, वॉशिंग्टन आणि गैरी बाल्डीने तसेच लायफेते आणि लेनिनच्या कार्यातून प्रेरणा घेत आहे.

आम्हाला असे वाटत आहे की परदेशी सरकार आणि भारतातील सार्वजनिक नेत्यांनी या आंदोलनाकडे डोळेझाक केली आहे. तसेच त्यांच्या कानावर याचा आवाज येत नाही. त्यामुळे आम्हाला हे आमचे कर्तव्य वाटले की अशा ठिकाणी आपण त्यांना इशारा द्यायला हवा की, जिथे ते आमच्या आवाजाकडे दुर्लक्ष करू शकणार नाहीत. आमच्या मनामध्ये त्या लोकांबद्दल काहीही वैयक्तिक द्वेष किंवा सूडभावना नाही. ज्यांना या घटनेच्या वेळी किरकोळ जखमा झाल्या. आम्ही जाणून बुजून असेम्बलीवर बॉम्ब टाकला. तथ्य स्वतः स्पष्ट आहे. आमची अशी विनंती आहे की, आमचे प्रयोजन आमच्या कार्याच्या परिणामाद्वारेच करायला हवे. काल्पनिक परिस्थिती आणि पूर्वग्रहाच्या आधारे हे मूल्यांकन केले जाऊ नये. सरकारी विशेषज्ञाच्या वतीने दिल्या गेलेल्या पुराव्याशिवाय सत्य हे आहे की, आम्ही असेम्बली भवनावर जो बॉम्ब टाकला, त्यामुळे एका रिकाम्या बेंचाचे थोडेफार नुकसान झाले आहे. एक डझनापेक्षाही कमी लोकांना किरकोळ जखमा झाल्या आहेत. सरकारी शास्त्रज्ञांनी याला चमत्कार म्हटले आहे. पण आमच्या दृष्टीने ही एक वैज्ञानिक प्रक्रिया आहे. पहिली गोष्ट अशी की हे बॉम्ब बेंच आणि डेस्क यांच्या मधील मोकळ्या आणि रिकाम्या जागेत फुटले. दुसरी गोष्ट अशी की जे लोक स्फोटापासून अवघे दोन फूट

दूर होते, जसे की श्री राव, श्री शंकर राव आणि मि. जॉर्ज शूस्टर. त्या लोकांना एक तर अजिबात जखमा झाल्या नाहीत किंवा खूप साधारण ओरखडे पडले. जर बॉम्बमध्ये पोटॅशियम क्लोरेट किंवा फिकरेट यासारखे शक्तिशाली घटक समाविष्ट केलेले असते, तर त्यामुळे मार्गात येणाऱ्या अडचणी खंडित झाल्या असत्या आणि विस्फोट स्थळापासून दूर असलेले लोकही जखमी झाले असते. त्यामध्ये त्यापेक्षाही अधिक शक्तिशाली घटक भरलेले असते तर त्यामुळे सभागृहातील बहुतेक सदस्यांची जीवनलीला समाप्त करू शकले असते. आम्ही हे बॉम्ब सरकारी बॉक्समध्येही फेकू शकलो असतो. तिथे अतिशय महत्त्वाचे लोक बसलेले होते. शेवटी आम्ही लोक त्यावेळी अध्यक्षाच्या दीर्घेमध्ये बसलेले सर जॉन सायमन यांनाही जखमी करू शकलो असतो. ज्यांच्या दुर्दैवी कमिशनमुळे देशातील सर्व विवेकी व्यक्ती तिरस्कार करीत होते.''

या न्यायालयासमोर क्रांतिचा अर्थ स्पष्ट करताना भगतसिंग यांनी सागिंतले होते,

''क्रांतिमध्ये घातक शस्त्रांचे स्थान अनिवार्य नाही. तसेच त्यामध्ये वैयक्तिक स्वरूपात बदला घेण्याची सोय आहे. क्रांति म्हणजे काही फक्त बॉम्ब आणि बदल्याची संस्कृती नाही. क्रांतिशी आमचे प्रयोजन असे आहे की, अन्यायावर आधारित असलेल्या व्यवस्थेमध्ये परिवर्तन यायला हवे. उत्पादक आणि कामगार हे समाजातील अतिशय महत्त्वाचे घटक आहेत. पण शोषक लोक त्यांना मुलभूत अधिकारांपासून तसेच श्रमाचे फळ मिळण्यापासून वंचित ठेवतात. एकीकडे सर्वांसाठी अन्नधान्याचे उत्पादन करणारे शेतकरी उपाशी मरत आहेत, तर संपूर्ण जागतिक बाजारपेठेत कपड्याचा पुरवठा करणारे विणकर आपले आणि आपल्या मुलांचे शरीर झाकण्यासाठी वस्त्र मिळवू शकत नाहीत. गृहनिर्माण, लोहारकी आणि कलाकुसर करणारे कारागिर शानदार महालांची निर्मिती करूनही स्वतः मात्र घाणेरड्या वस्त्यांमध्ये राहत आहेत. तिथेच ते मरतात. दुसऱ्या बाजूला भांडवलदार, श्रीमंत आणि शोषक लोक समाजावर परावलंबीसारखे जगणारे लोक आपली इच्छा पूर्ण करण्यासाठी कोट्यावधी रुपये पाण्यासारखे खर्च करतात. ही भयंकर विषमता आणि विकासाच्या संधीची अकृत्रिम समनाता समाजाला अराजकतेकडे घेऊन जात आहे.

''याची जर सातत्याने उपेक्षा करण्यात आली आणि वर्तमान शासन व्यवस्थेने नवोदित नैसर्गिक शक्तींचा मार्ग अडविला तसेच हे काम सातत्याने सुरू राहिले तर एक भयंकर संघर्ष निर्माण होणे निश्चित आहे. ज्याचा परिणाम म्हणून सर्व अडथळे

आणणाऱ्या घटकांना उखडून फेकून दिले जाईल आणि मग तिथे सर्वहरा वर्गाचे अधिपत्य होईल. ज्यामुळे क्रांतिचे ध्येय साध्य केले जाईल. क्रांति हा मानवी समाजाचा जन्मसिद्ध अधिकार आहे. जो कोणत्याही स्थितीमध्ये हिसकावून घेतला जाऊ शकत नाही. कामगार वर्ग समाजाचा वास्तविक आधार आहे. लोकसत्तेची स्थापना हे कामगारांचे अंतिम ध्येय आहे. हे आदर्श आणि आस्थांसाठी आम्ही त्या सर्व त्रासांचा सामना करणार आहोत, जे आम्हाला न्यायालयाच्या वतीने दिले जातील. या वेदीवर आम्ही आपले तारूण्य अगरबत्तीसारखे जाळण्यासाठी वचनबद्ध आहोत. या महान ध्येयासाठी कोणतेही बलिदान मोठे असू शकत नाही. आम्ही क्रांतीच्या प्रगतीची समाधानाने प्रतीक्षा करू. इन्कलाब जिंदाबाद. "

भगतसिंग यांच्या या भाषणामुळे स्वाभाविकरित्या देशाचे लक्ष त्यांचा पक्ष आणि कार्य याकडे आकर्षित झाले. या खटल्यामध्ये त्यांनी आपल्या बचावासाठी काहीही प्रयत्न केला नाही. न्यायालयाची कारवाई १० जून १९२९ रोजी पूर्ण झाली आणि त्यानंतर दोन दिवसांनी म्हणजे १२ जून रोजी न्यायालयाने आपला निकाल जाहीर केला. ज्यामध्ये भगतसिंग आणि बटुकेश्वर दत्त यांना आजन्म तुरुंगवासाची शिक्षा ठोठावण्यात आली. त्यानंतर भगतसिंग यांना पंजाबमधील कुप्रसिद्ध तुरूंग मियाँवाला इथे तर बटुकेश्वर दत्त यांना लाहोर सेंट्रल तुरुंगात पाठविण्यात आले.

भगतसिंग यांना माहीत होते की, बचाव करण्याचा काहीही फायदा होणार नाही. त्यामुळे त्यांनी त्यासाठी काहीही प्रयत्न केले नाहीत. त्यांच्या वरील भाषणाचा उद्देश फक्त इतकाच होता की, लोकांना त्यांचे विचार माहीत व्हावेत. आपल्या याच उद्देशाचा आणखी प्रचार करण्यासाठी त्यांनी या निर्णयाच्या विरूद्ध पंजाब उच्च न्यायालयात अपील केले.

लाहोर उच्च न्यायालयात या अपिलाची पेशी जस्टीस फोर्ड आणि जस्टीस ॲडिशन यांच्या समोर झाली. इथेही भगतसिंग यांनी आपल्या उद्देशाबद्दल भाषण दिले. या बयाणाच्या माध्यमातून त्यांना हे सिद्ध करायचे होते की, आपण काही गुन्हेगार नाहीत. तर मातृभूमीच्या स्वातंत्र्यासाठी संघर्ष करणारा एक यौद्धा आहोत. त्यांनी या गोष्टीवर विशेष भर दिला की कोणत्याही गुन्हेगाराला शिक्षा ही त्याचा उद्देश लक्षात घेऊन मिळायला हवी,

"जोपर्यंत आरोपीच्या मनोभावनांची माहिती कळत नाही, तोपर्यंत त्याचा वास्तविक

उद्देश कळत नाही. उद्देश पूर्णपणे बाजूला काढला तर कोण्याही व्यक्तीच्या बाबतीत योग्य न्याय केला जाऊ शकत नाही. कारण उद्देशाकडे दुर्लक्ष केल्यावर या जगातील मोठ मोठे सेनापती सामान्य हत्यारे असल्याचे लक्षात येईल. शासकीय कर ग्रहण करणारे बहुतेक चोर फसवे वाटू लागतील आणि न्यायधिशांवरही हत्त्येचा खटला चालविला जाईल. अशा प्रकारे तर समाज व्यवस्था आणि सभ्यता, खून-खराबा, चोरी आणि फसवेगिरी होऊन राहील. उद्देशाची उपेक्षा केली तर सरकारला काय अधिकार आहे की, त्याने समाजातील व्यक्तीकडून न्यायाची अपेक्षा करावी. उद्देशाकडे दुर्लक्ष केले तर धर्म प्रचार खोटा प्रचार वाटू लागेल आणि प्रत्येक पैगंबरावर खटला चालविला जाईल की त्याने कोट्यावधी अज्ञान आणि साध्या सुध्या लोकांना गैर मार्गाला लावले आहे. उद्देशाचाच विसर पडला तर हजरत येशु ख्रिस्त सामाजिक गोंधळ घालणारे, शांततेचा भंग करणारे आणि बंडाचा प्रचार करणारे दिसू लागतील. तसेच कायद्याच्या भाषेत ते एक धोकादायक व्यक्ती ठरतील. पण आपण मात्र त्यांची पूजा करतो, आपल्या हृदयामध्ये त्यांच्याबद्दल असीम आदर आहे."

लाहोर उच्च न्यायालयाने हे अपिल रद्द केले. तसेच पूर्वीच्या न्यायालयाने दिलेली शिक्षाच कायम केली. तुरूंगामध्ये राजकीय कैद्यांना देण्यात येणाऱ्या सुविधांबद्दल भगतसिंग यांनी १५ जून १९२९ रोजी आमरण उपोषण सुरू केले. ही बातमी कळल्यावर लाहोर सेंट्रल जेलमध्ये बटुकेश्वर दत्त यांनीही त्यांच्या समर्थनार्थ उपोषण सुरू केले. भगतसिंग एकटेच मियाँवाला तुरुंगात होते. आता त्यांच्यावर सॅण्डर्स हत्याकांडाचा खटलाही चालविण्यात येणार होता. या हत्याकांडातील इतर आरोपी लाहोर सेंट्रल तुरुंगात होते. त्यामुळे १७ जून १९२९ रोजी त्यांनी पंजाब राज्याचे इन्सपेक्टर जनरल तुरूंग यांना आपली बदली लाहोर सेंट्रल जेलमध्ये करण्याविषयी विनंतीपत्र पाठविले. त्याची ही मागणी मान्य करण्यात आली आणि याच महिन्याच्या शेवटच्या आठवड्यात त्यांना लाहोर सेंट्रल जेलमध्ये पाठविण्यात आले.

लाहोर कांडावर खटला

सॅण्डर्स हत्याकांड, जे लाहोर कांड या नावानेही ओळखले जाते, यावरील खटला १० जुलै१९२९ रोजी लाहोरमधील मॅजिस्ट्रेट श्री कृष्ण यांच्या न्यायालयासमोर सुरू झाला. भगतसिंग आणि बटुकेश्वर दत्त उपोषणावर होते. त्यामुळे त्यांना स्ट्रेचरवरून

न्यायालायात आणण्यात आले. त्यानंतर त्यांच्या समर्थनाथ या कांडातील इतर आरोपींनीही उपोषण सुरू केले. भगतसिंग यांनी १४ जुलै १९२९ रोजी आपल्या मागण्याविषयी भारत सरकारच्या गृह सदस्याला एक पत्र पाठविले. ज्यामध्ये कैद्यांसाठी सोयी सुविधांची मागणी करण्यात आली होती. सरकार या मागण्याला काहीही महत्त्व देत नव्हते. उपोषण सुरूच राहिले. कैद्यांचे आरोग्य दिवसेंदिवस बिघडत चालले होते. भगतसिंग यांचे वजन सुरूवातीला १३३ पौंड होते, जे ३० जुलै १९२९ पर्यंत दर आठवड्याला पाच पौंड या गतीने कमी होत गेले. नंतर ते स्थिर झाले.

आमरण उपोषणामध्ये जतिनदासांचा मृत्यू

या आमरण उपोषणामध्ये जतिनदास (यतींद्रनाथ दास) यांची प्रकृती दिवसेंदिवस ढासळत चालली होती. यामुळे संपूर्ण देशात हालचाल सुरू झाली होती. ते सतत मृत्यूच्या दिशेने निघाले होते. मोतिलाल नेहरू, जवाहरलाल नेहरू इ. नेत्यांनी वृत्तपत्राच्या माध्यमातून या विषयी आवाज उठविला. डॉ. गोपिनाथ भार्गव, पुरूषोत्तमदास टंडन इ. नेते या तुरुंगात पोहचले. त्यांनी उपोषण सोडण्यासाठी तसेच जतीनदास यांना जीवनरक्षक प्रणालीवर ठेवण्यासाठी भरपूर प्रयत्न केले; पण त्यात त्यांना सफलता मिळाली नाही. त्यांना भेटल्यानंतर पं. जवाहरलाल नेहरूंनी जतीनदास यांच्या दयनीय स्थितीचे वर्णन करताना म्हटले होते,

"यतींद्रदास यांची परिस्थिती अतिशय गंभीर झाली आहे. ते अत्यंत दुबळे आणि अशक्त झाले आहेत. त्यांच्यामध्ये कुशी बदलण्याचीही क्षमता उरली नाही. ते अतिशय हळूहळू बोलतात. वास्तविकरित्या ते मृत्यूच्या दिशेने आगेकूच करीत आहेत. मला या शूर तरूणांना अशा प्रकारे त्रास सहन करताना पाहून खूप वाईट वाटले. मला असे वाटते की ते आपल्या प्राणांची बाजी लाऊन या लढाईत उतरले आहेत. त्यांना असे वाटते की राजकीय कैद्यांच्या बरोबरीने राजकीय कैद्यांसारखेच वागले जायला हवे. मला पूर्ण खात्री आहे की त्यांची ही तपश्चर्या नक्कीच सफलतेने सुशोभित होईल."

या उपोषणाला सहानुभूती दाखविण्यासाठी इतर तुरुंगांमध्येही उपोषण करण्यात आले. या उपोषणामुळे खटल्याच्या तारखा सातत्याने बदलत होत्या. नंतर पंजाब तुरुंग समितीने सुधारणेच्या मागण्यांवर विचार करण्यासाठी एक उपसमिती स्थापन

केली. शेवटी २ सप्टेंबर १९२९ रोजी जतिनदास वगळता इतर सर्वांनी आमरण उपोषण मागे घेतले. या समितीने जतिनदास यांची सुटका करण्याची शिफारसही केली. सरकारने मात्र जमानतीशिवाय त्यांची सुटका करायला नकार दिला. जमानत पत्रावर सही करायला जतिनदास यांनी नकार दिला. जतिनदास यांची परिस्थिती पाहून भगतसिंग वगैरेंनी दोन दिवसांनंतर पुन्हा उपोषण सुरू केले. शेवटी १३ सप्टेंब १९२९ रोजी एक वाजून पाच मिनिटांनी जतिनदास यांचे निधन झाले. त्यांचे पार्थिव लाहोरहून कलकत्त्याला पाठविण्यासाठी नेताजी सुभाषचंद्र बोस यांनी ६०० रू.पाठविले होते. त्यामुळे त्यांचे पार्थिव कलकत्याला पाठविण्यात आले. जिथे त्यांच्यावर अंतिम संस्कार करण्यात आले आणि लाखो लोकांनी त्यांना श्रद्धांजली अर्पण केली.

खटला न्यायधिकरणाच्या आधीन

१ मे १९३० रोजी एका विशेष आध्यादेशांतर्गत हा खटला एका विशेष न्यायधिकरणाकडे सोपविण्यात आला. यामध्ये तीन न्यायमूर्ती होते. ज्यांची नियुक्ती लाहोर उच्च न्यायालयाच्या मुख्य न्यायमूर्तींनी केली होती. या न्यायधिकरणाला आरोपी उपस्थित नसतानाही आपली कारवाई करण्याचे विशेष अधिकार देण्यात आले होते.

५ मे रोजी हे न्यायधिकरण पूंछ हाऊस, लाहोर येथे या खटल्याची सुनावणी सुरू झाली. हे आरोपी देशभक्तीची गाणी गात होते तसेच त्यांना हा ठाम विश्वास होता की ही कायदेशीर कारवाई म्हणजे एक देखावा आहे. त्यामुळे तेही इथे न्यायालयाच्या प्रत्येक कारवाईमध्ये अडकाठी आणीत असत. एकदा अशाच प्रकारच्या एका घटनेमध्ये न्यायधिकरणाचे अध्यक्ष न्यायमूर्ती कोल्डस्ट्रिय यांनी पोलिसाना आदेश दिला की या आरोपींना लाठ्या आणि बुटाने मारावे. पोलिसांनी असेच केले. त्यामुळे दुसऱ्या दिवसांपासून आरोपींनी न्यायालयाच्या कारवाईवर बहिष्कार टाकला. जस्टीस कोल्डस्ट्रिय यांना बदलण्याची मागणी केली. या काळात पोलिस आरोपींशी वाईटपणे वागत असत. या कारवाईची न्यायधिकरणातील भारतीय सदस्य न्यायमूर्ती आगा हैदर यांनी कठोर निंदा केली. शेवटी कोल्डस्ट्रिम यांच्यासोबतच आगा हैदर यांना बदलून

नवीन न्यायधिकरण बनविण्यात आले. ज्यामध्ये जस्टीस जी. सी. हिल्टन, जस्टीज अब्दुल कादीर आणि जस्टी जे. के. टॅप होते.

आरोपींनी तरीही न्यायालयावरील बहिष्कार सुरू ठेवला. भगतसिंग यांचे असे म्हणणे होते की जस्टीस कोल्डस्ट्रिम यांनी आपल्या गैरवर्तनाबद्दल क्षमा मागायला हवी. सरकारने जस्टीज कोल्डस्ट्रिम यांना दीर्घ सुट्टीवर पाठविले. शिवाय सरकार ही मागणी कशी काय स्वीकारू शकले असते?

निकाल

न्यायधिकरणामध्ये आरोपींच्या अनुपस्थितीमध्ये एकतर्फी कारवाई सुरू राहिली. त्यानंतर २६ ऑगस्ट १९३० रोजी न्यायालयाने आपले काम पूर्ण केले. तेव्हा आरोपींकडे निरोप पाठविण्यात आला की त्यांना आपल्या बचावासाठी स्वतः काही सांगायचे असेल किंवा वकील लावायचा असेल अथवा एखादी साक्ष सादर करायची असेल तर तसे करावे. आरोपींना या नाटकाचा अर्थ चांगल्या प्रकारे माहीत होता. कारण संर्व कारवाई पूर्ण झाल्यावर फक्त निर्णयच दिला जाणार होता. त्यामुळे त्यांनी ही सूचना अमान्य केली.

७ ऑक्टोबर १९३० रोजी या खटल्याचा निकाल ऐकविण्यात आला. आरोपींनी न्यायालयावर बहिष्कार कायम ठेवला होता. त्यामळे ट्रिब्युनलच्या एका विशेष दुताने हा निकाल तुरूंगात जाऊन त्यांना ऐकविला. या निकालानुसार खालील आरोपीना शिक्षा ठोठावण्यात आली होती.

फाशीची शिक्षा	भगतसिंग, राजगुरू आणि सुखदेव.
काळया पाण्याची शिक्षा	क़मलनाथ तिवारी, जयदेव कपू, विजयकुमार सिन्हा, शिव वर्मा, गयाप्रसाद, महावीर सिंह आणि किशोरीलाल
७ वर्षांचा तुरूंगवास	कुंदनलाल
३ वर्षांचा तुरुंगवास	प्रेमदास

यांच्याशिवाय जितेंद्र सान्यांल, मास्टर आशाराम, अजय घोष, देशराज आणि सुरेंद्रनाथ पाण्डेय यांची सुटका करण्यात आली.

निकालानंतर

न्यायालयाच्या निकालानंतर लगेच लाहोरमध्ये कलम १४४ लागू करण्यात आले, त्यानुसार शहरात कोणत्याही प्रकारची निदर्शने, सभा किवा पोस्टर इ. लावण्यावर बंदी घालण्यात आली होती. इतकी दक्षता घेऊनही त्याच दिवशी संध्याकाळी कोणत्याही पूर्वसूचनेशिवाय लहोर नगरपालिकेच्या मैदानावर एक विशेष सभा झाली. ज्यामध्ये या सर्व कायदेशीर कारवाईवर टीका करण्यात आली. कडक पहारा असूनही पत्रकारांना भगतसिंग आणि त्यांच्या सोबत्यांचे फोटो कसे काय मिळाले ते कळत नाही. ते त्यांनी आपल्या वृत्तपत्रात लेखासोबत प्रकाशित केले होते.

या फाशीच्या शिक्षेच्या विरोधात सर्व देशात निदर्शने, बंद, संप यांचा जणू काही पूर आला. लाहोरमध्ये डीएव्ही कॉलेजच्या काही विद्यार्थ्यांनी एका प्राध्यापकांच्या मदतीने पोलिसांवर हल्ला केला. विद्यार्थी संघाच्या आवाहनानुसार ८ ऑक्टोबर रोजी बंद पुकारण्यात आला. बहुतेक शिक्षण संस्था स्वतः होऊन बंद राहिल्या. असे वातावरण संपूर्ण देशात निर्माण झाले होते.

भगतसिंग यांच्या वडिलांनी व्हाईसरायला एक विनंती अर्ज केला होता, ज्यामध्ये हे सिद्ध करण्यासाठी संधी देण्याची विनंती करण्यात आली होती की सॅण्डर्सच्या हत्त्येच्या दिवशी भगतसिंग कलकत्यामध्ये होते. भगतसिंग यांनी मात्र आपल्या वडिलांच्या या कामाचा जाहीररित्या विरोध केला. प्रिव्ह्यू परिषदेतही अपील करण्यात आले. महामहीन मदनमोहन मालवीय यांनी व्हाईसरायकडे दयेचा अर्ज केला होता. सर्व देशातील लोकांनी ही फाशीची शिक्षा बदलण्यासाठी आवाज उठविला. ठिकठिकाणी लोकांनी स्वाक्षऱ्यांची मोहीम राबवून व्हाईसरायकडे पाठविल्या. पण त्याचा परिणाम शून्य राहिला. २३ मार्च १९३१ रोजी या तिन्ही वीरांना लाहोरमध्ये फाशी देण्यात आली.

फाशी दिल्यावरही देशामधील आक्रोशामध्ये फरक पडला नाही. देशभरातील वृत्तपत्रांनी सरकारच्या या कृत्याची निर्भत्सना केली. त्यावेळी देशाच्या राजकारणावर महात्मा गांधीजींचा प्रभाव होता. फेब्रुवारी १९३१ मध्ये त्यांच्यात आणि व्हाईसराय लॉर्ड आयर्विन यांच्यामध्ये एक करार झाला. जो गांधी-आयर्विन करार नावाने ओळखला जातो. भारतातील लोक अतिशय उत्सुकतेने या कराराच्या रिपोर्टची वाट पाहत होते. पूर्ण देशाला असा विश्वास वाटत होता की गांधीजी या वीरांना फासावर

लटकण्यापासून वाचवतील, पण कराराचा रिपोर्ट प्रकाशित झाल्यावर लोकांच्या आशांवर पाणी पडले. या करारामध्ये या प्रकरणाचा साधा उल्लेखही केला नव्हता. अर्थात तुरुंगात असलेल्या काँग्रेसच्या सत्याग्रहींना सोडून देण्याची घोषणा करण्यात आली होती. गांधीजींच्या या कार्यावर खूप टीका करण्यात आली. जागोजागी पत्रकारांनी त्यांना या विषयी प्रश्न विचारले. या फाशीला काही दिवस झाल्यानंतर लगेच कराची काँग्रेस अधिवेशनात सहभागी होण्यासाठी तिथे गेल्यावर त्यांना काळे झेंडे दाखविण्यात आले.

या फाशीनंतर पंजाबमध्ये जागोजागी सभा झाल्या. लोकांनी आपल्या रक्ताने लिहून या फाशीचा बदला घेण्याची शपथ घेतली. शेतकऱ्यांनी कर भरणे बंद केले. भगतसिंग त्यांच्यासाठी जणू काही आराध्य दैवतासारखे झाले होते. त्यांचे फोटो धडाधड विकू लागले. देशभरात या वीरांच्या जीवनावरील वीरतायुक्त पुस्तके प्रकाशित होऊ लागली. सरकार आपल्यासाठी हे सर्व म्हणजे मृत्यूची छाया असल्याचे समजत होती. परिणामी या फोटोंवर आणि पुस्तकांवर बंदी घालण्यात आली.

हे वीर हुतात्मे झाल्यावर भारतीय क्रांतिकारकांच्या इतिहासातील एका प्रकरणाची अखेर झाली.

या दरम्यान आझादांची भूमिका

भगतसिंग आणि इतरांना अटक झाल्यावर चंद्रशेखर आझाद निष्क्रिय होऊन बसून राहिले नाहीत. त्यानंतरही ते काही ना काही करीत राहिले. व्हाईसरायची गाडी बॉम्बने उडविण्याचा प्रयत्न याची पुष्टी करणारा आहे. याच्या बरोबरीने ते पंडित मोतिलाल नेहरू आणि त्यांचे चिरंजीव पंडित जवाहरलाल नेहरू यांनाही भेटले. ख़रं तर काँग्रेसच्या आणि त्यांच्या तत्त्वांमध्ये खूप फरक होता, तरीही दोघांचे ध्येय मात्र सारखेच होते. नहेरू कुटुंबियांशी त्यांचे संबंध मधूर होते. हे कुटुंबिय उघड स्वरूपात क्रांतिकारकांचे समर्थन करीत नव्हते, तरीही त्यांना या वीरांबद्दल सहानुभूती नक्कीच होती. असे म्हटले जाते की आपल्या फरार असल्याच्या काळात १९३० मध्ये ते आनंदभवन, अलहाबादला गेले होते. तिथे त्यांनी पंडित मोतिलाल नेहरू

यांची भेट घेतली. पंडित नेहरूंनी त्यांना हिंसेचा मार्ग सोडण्याचा सल्ला दिला, पण त्यांनी अतिशय नम्रपणे त्याला विरोध केला. ते म्हणाले की माझा अहिंसेवर विश्वास नाही आणि कॉंग्रेसच्या अहिंसेच्या धोरणानुसार इंग्रज हा देश सोडून जातील असे आपल्याला वाटत नाही. इंग्रजांना पळवून लावण्यासाठी त्यांना हिंसा अनिवार्य वाटत होती. त्यामुळे पंडित जवाहरलाल नेहरूंना खूप आश्चर्य वाटले. त्यांनी या विषयी आझाद यांना सचेत रहायला सांगितले, पण आझाद यांना या सर्वाची आता कुठे काही पर्वा होती. त्यांचे तर फक्त इतकेच म्हणणे होते की पोलिस आपल्याला जिवंतपणी पकडू शकणार नाहीत. याच दरम्यान गांधी-आयर्विन कराराची बोलणी सुरू होती. या बाबतीत नेहरूजींना आझादांनी विचारले होते की, या करारामध्ये तळहातावर प्राण घेऊन फिरणाऱ्या क्रांतिकारकांबद्दल काय केले जाणार आहे? पंडित नेहरू कदाचित याचे काहीही उत्तर देऊ शकले नसावेत. कारण त्यांना हे माहीत होते की हा करार झाल्यानंतरही या वीरांचे रक्षण केले जाऊ शकणार नाही. या करारामध्ये गांधीजी आयर्विन यांच्याशी बोलणी करतील आणि त्यांना आपले सिद्धांत सर्वाधिक प्रिय होते. पण नेहरूजींची हार्दिक इच्छा अशी होती की या क्रांतिकारकांचेही रक्षण व्हायला हवे. भगतसिंग आणि इतरांना फाशी दिल्यावर त्यांना झालेले दुःख व्यक्त करताना ते म्हणाले होते,

"मी भगतसिंग आणि त्यांच्या सोबत्यांच्या अंतिम दिवसांच्या काळात मी मौन धारण केले होते. कारण मला असे वाटत होते की माझ्या बोलण्यामुळे फाशीची शिक्षा रद्द होण्याची शक्यता रद्द होऊ नये. मी शांत राहिलो, पण आतून मात्र भडभडून व्यक्त होण्याची इच्छा होती. आम्ही सर्व मिळूनही त्यांना वाचवू शकलो नाहीत. जे आम्हाला इतके प्रिय होते. तसेच त्यांचा महान त्याग आणि साहस भारतीय नवतरुणांसाठी प्रेरणा घेण्याची जागा होती आणि राहील. आमच्या या असाह्यतेबद्दल देशभरात दुःख व्यक्त केले जाईल. पण त्याच बरोबर आपल्या देशाला या स्वर्गीय आत्म्यांवर अभिमान राहील आणि जेव्हा इंग्लंड आमच्याशी कराराची बोलणी करील तेव्हा आम्ही भगतसिंग यांना विसरणार नाहीत."

क्रांतिकारकांबद्दल नेहरुजींना असणाऱ्या सहानुभूतीबद्दल लाहोर कांडातील एक मुखबिल कैलाशपतीने त्यांच्या नावाचा उल्लेखही केला होता. या बाबतीत मन्मथनाथ गुप्ता लिहितात,

"त्यांची स्मरणशक्ती अदभूत होती. बयाणामध्ये त्यांनी लाहोरपासून कलकत्त्यापर्यंत वीस एक व्यक्तींची नावे घेतली होती. ज्या उत्साहाने तो क्रांतिकारक झाला होता, त्याच उत्साहाने तो माफीचा साक्षिदार झाला होता. त्याने आपल्या बयाणामध्ये जवाहरलाल नेहरू यांचे नाव घेतले होते, मग कोण उरेल?"

हे स्पष्ट आहे की नेहरूजींना क्रांतिकारकांबद्दल सहानुभूती होती, तरीही त्यांच्याबद्दल काही करण्यासाठी ते असमर्थ होते.

भगतसिंग यांच्या मुक्ततेसाठी आझाद यांचे प्रयत्न

१९३० मध्ये काँग्रेसचे अधिवेशनही जोरात होते. त्यामुळे क्रांतिकारक गटानेही आपल्या कारवाया वेगवान करण्याचा निर्णय घेतला. यावेळी पक्षाचे भगतसिंग वगैरे अनेक सदस्य तुरुंगात होते. पण तरीही आझाद शांत बसणाऱ्यांपैकी नव्हते. यावेळी त्यांचे मुख्य सहकारी भगवतीचरण यांना तुरुंगातून मुक्त करण्याची योजना आखली. सरकार भगतसिंग यांना फाशी देण्यावर ठाम होते. अशा वेळी त्यांना तुरुंगातून सोडविण्यात आले तर सर्व जगात धूम होणार होती. या योजनेला प्रत्यक्षात आणून आझाद सरकारचे मूळे हादरवून टाकू इच्छित होते.

या योजनेवर सुरूवातीला काही दिवस आझाद आणि भगवतीचरण विचार करीत होते की त्यासाठी किती तयारी करावी लागेल. कारवाईच्या वेळी काही पोलिसवाले आणि काही पक्षाचे सदस्य यांचे ठार होणे ठरलेलेच होते. त्यासाठी बॉम्ब आणि पिस्तुलांची आवश्यकता होती. त्याच्या बरोबरीने एक-दोन कार आणि हे सर्व साहित्य दडविण्यासाठी एखादे घर भाड्याने घेणे आवश्यक होते. या योजनेमध्ये महिलांना सहभागी केले जावे की नाही, यावरही विचार करण्यात आला. योजना नक्की झाल्यावर यशपाल, सुखदेवराज, धन्वंतरी इ. ना या बाबतीत माहिती देण्यात आली. तसेच या योजनेमध्ये दुर्गा देवी आणि सुशीला दीदी यांना सहभागी करून घेणेही नक्की करण्यात आले.

लाहोरमधील बहावलपूर रोडवर एक घर भाड्याने घेण्यात आले. इथे कोण राहते याबद्दल कोणालाही संशय येऊ नये म्हणून त्यावेळी वरील दोन महिला सदस्य

तिथे राहू लागल्या. शेजार पाजरचे सर्व लोक असे समजू लागले की तिथे कोणी तरी कुटुंब रहायला आले आहे.

यासाठी रविवार १ जून १९३० ही तारीख नक्की करण्यात आली. भगतसिंग आणि बटुकेश्वर दत्त लाहोर सेंट्रल जेलमध्ये होते. तर लाहोर कांडातील इतर आरोपी बोरस्टल तुरुंगात होते. खटला एकच होता त्यामुळे आठवड्यातून एका दिवशी, रविवारी, या कांडातील सर्व आरोपींना भेटण्याची संधी देणे सरकारने मान्य केले होते. म्हणजे ते आपसात विचार विनिमय करू शकतील. त्या दिवशी भगतसिंग आणि बटुकेश्वर दत्त यांना दिवसभरासाठी बोरस्टेल तुरुंगात नेले जाणार होते. असे ठरविण्यात आले की भगतसिंग आणि बटुकेश्वर दत्त यांना पोलिसांच्या वतीने सेंट्रल जेलमधून बोरस्टेल जेलमध्ये रस्त्यावर काही अंतरावर उभ्या केलेल्या मोटारीमध्ये बसविण्यासाठी घेऊन जातील तेव्हा पोलिसांवर पिस्तुल आणि बॉम्बने हल्ला करावा. आपली गाडी योग्य ठिकाणी आधीपासूनच तयार ठेवावी. जेव्हा क्रांतिकरक आणि पोलिसांमध्ये संघर्ष सुरू असेल तेव्हा भगतसिंग आणि बटुकेश्वर दत्त यांनी या गाडीत बसावे आणि ड्रायव्हरने त्यांना घेऊन जावे. पोलिसांवर हल्ला करण्यासाठी क्रांतिकारकांचे दोन गट करण्यात आले. एक गट बॉम्बने हल्ला करणार होते, त्याचे नेतृत्त्व भगवतीचरण करणार होते. दुसरा गट पोलिसांना रिव्हालव्हरच्या सहाय्याने पोलिसांना पीछा करण्यापासून अडविणार होता. याचे नेतृत्त्व चंद्रशेखर आझाद करणार होते.

या योजनेसाठी भगतसिंग यांच्याशी संपर्क साधून त्यांचाही सल्ला घेण्यात आला होता. बोरस्टेल जेलमध्ये पोलिसांची सुरक्षा व्यवस्था सेंट्रल जेलच्या तुलनेत कमी होती. त्यामुळे भगतसिंग यांचा असा विचार होता की पोलिसांवर हल्ला बोरस्टोल जेलच्या बाहेर केला तर चांगले होणार होते. पण बोरस्टेल जेल मोठ्या रस्त्यापासून काही अंतर दूर होती. त्यामुळे भगतसिंग आणि बटुकेश्वर दत्त यांना मोटारगाडीमध्ये बसेपर्यंत तिथे सेंट्रल जेलमधील पोलिस पोहचू शकत होते. त्यांचा मग पुन्हा दुसऱ्यांदा सामना करावा लागला असता. त्यामुळे मग सेंट्रल जेलच्या बाहेरच हल्ला करण्याचे नक्की करण्यात आले. योजना रोमांचक होती. यामध्ये दोन्ही बाजूचे काही लोक ठार होण्याची शक्यता होती, पण क्रांतिकारकांना मृत्यूची कधी भीती वाटत होती? ते असे करण्यासाठी प्राणपणाने तयारीला लागले. भगतसिंग आणि दत्त यांना याची माहिती देण्यात आली होती.

भगवतीचरण यांचा मृत्यू

या योजनेसाठी बॉम्ब तयार करण्यात आले. त्यांची उपयुक्तता तपासण्यासाठी भगवतीचरण यांनी त्याचे पूर्व परीक्षण करण्याचा निर्णय घेतला. या पूर्व परीक्षणासाठी २८ मे १९३० या दिवशी ते सुखदेवराज आणि बच्चन या दोन क्रांतिकारकांसोबत रावीच्या काठावर गेले. रावी पार करून ते जंगलात गेले.

इकडे इतर क्रांतिकारक बहावलपूर रोडवरील घरामध्ये होते. योजना प्रत्यक्षात आणण्यासाठी फक्त दोन दिवस बाकी राहिले होते. त्यामुळे इथे उपस्थित असलेले लोक शस्त्रांची साफ सफाई करण्याच्या मागे लागले होते. आझाद यांनी प्रत्येकाकडे वेगवेगळे कार्य सोपिवले होते. त्यामुळे सर्व जण आपापले कार्य करीत होते. याच दरम्यान एका टांग्यामधून जखमी झालेले सुखदेवराज येताना दिसले. ते वेदनेने विव्हळत होते. त्यांच्या पायाला कपड्याची पट्टी बांधली होती आणि खूप जास्त रक्तस्त्राव झाल्यामुळे ती लाल झाली होती. त्यांना टांग्यातून उतरवून आतमध्ये नेण्यात आले. तेव्हा त्यांच्याकडून कळले की बॉम्बच्या परीक्षणाच्या वेळी बॉम्ब भगवतीचरण यांच्या हातातच फुटला. त्यामुळे त्यांचा हात उडून गेला. त्यामुळेच सुखदेवराज यांच्या पायालाही गंभीर जखम झाली. भगवतीचरण यांची परिस्थिती अतशिय गंभीर होती. त्यांनी सुखदेवराज यांना इथे पाठविले होते. म्हणजे इतर सदस्यांनी ही बातमी कळू शकेल. या घटनेचे वर्णन करताना श्री वीरेंद्र लिहितात,

"सुखदेवराज त्यांना सोडून यायला तयार नव्हता. पण भगवतीचरण त्यांना म्हणाले, 'वाचण्याची अजिबात शक्यता नाही. इतके रक्त वाहून गेले आहे की मी आता वाचू शकत नाही. तसेच तू मला बहावलपूर रस्त्यावरील घरापर्यंत घेऊन जाऊ शकत नाहीस. मी या अवस्थेत गेल्यामुळे कोणाला काही संशय यावा, असे मला वाटत नाही. माझ्या इतर सोबत्यांसाठी काही अडचण निर्माण व्हावी असे मला वाटत नाही. त्यामुळे तू मला इथेच सोडून दे आणि तू परत घरी जाऊन उर्वरित सोबत्यांना सावध कर. माझी आता काहीही चिंता करू नकोस. जे काही होईल ते पाहून घेऊ."

या घटनेची माहिती कळल्यावर पक्षातील सर्व सदस्यांनी तीव्र दुःख झाले. तसे तर क्रांतिकारकांना मृत्यूची काहीही भीती वाटत नाही, पण ते जर भगतसिंग यांना मुक्त करताना मेले असते तर ही गोष्ट कोणालाही इतकी दुःखद वाटली नसती.

अशा प्रकारे त्यांचा मृत्यू होईल अशी कोणी कल्पनाही केली नव्हती.

ते आतापर्यंत जिवंत असतील की नाही, याबद्दल ठामपणे कोणीही काहीही सांगू शकत नव्हते. त्यामुळे त्यांना तिथून घेऊन येण्यासाठी दोन-तीन युवकांसह यशपाल त्या ठिकाणी गेले. त्यांची अवस्था अतिशय गंभीर होती. मृत्यू दारात येऊन ठेपला होता. मृत्यू येण्याच्या आधी आझाद यांना पाहण्याची त्यांची अखेरची इच्छा होती. त्या बरोबरच ते यशपाल यांना असेही म्हणाले की, भगतसिंग यांना तुरूंगातून सोडविण्याची योजना अर्धवट सोडू नका. या योजनेमध्ये सहभागी न होऊ शकल्याबद्दल जीवनातील अखेरच्या क्षणीही त्यांना खूप वाईट वाटत होते.

ते वेदनेने विव्हळत होते. क्षणा क्षणाला त्यांची प्रकृती बिघडत चालली होती. त्यामुळे त्यावेळी त्यांना तिथून हातावर किंवा खांद्यावर घेऊन जाणे शक्य नव्हते. यशपाल आपल्या एका सोबत्याला तिथेच बसवून शहराकडे आले. म्हणजे स्ट्रेचर किंवा खाटेची व्यवस्था करता आली असती. शक्य झाले तर एखाद्या डॉक्टरलाही नेता यावे. पण ते निघून गेल्यानंतर थोड्याच वेळात भगवतीचरण यांनी अखेरचा श्वास घेतला.

रात्री उशिरा यशपाल जेव्हा खाट, चादरी आणि औषधी घेऊन तिथे पुन्हा आले तेव्हा भगवतीचरण यांच्या जागी त्यांचे पार्थिव पडले होते. ते आपल्या ज्या सोबत्याला तिथे बसवून गेले होते तोही घाबरून पळून गेला होता. यामुळे यशपाल खूप निराश झाले आणि त्यांना खूप दुःखही झाले. त्यांचे पार्थिव चादरीमध्ये गुंडाळण्यात आले. ते तसेच आहे त्या जागी ठेवून आपल्या सोबत्यांचा सल्ला घेण्यासाठी यशपाल घरी परत आले. ही माहिती कळाल्यावर सर्वजण शोक सागरात बुडाले. दुसऱ्या दिवशी सकाळी आझाद, यशपाग आणि दोन-तीन दुसरे सोबती तिथे जाण्यासाठी तयार झाले. भगवतीचरण यांची पत्नी दुर्गादेवी हिलाही त्या ठिकाणी जायचे होते. पण सायकलवर बसवून महिलेला अशा ठिकाणी घेऊन जाणे धोकादायक होते. आपले सौभाग्या लुटले तरीही ती या घरात राहून आपले दुःख व्यक्त करू शकत नव्हती. त्यांना या प्रसंगी चंद्रशेखर आझाद यांनी लिहिले होते,

“तुम्ही आमची आई आहात. आमची भगिनी आहात. तुमची इज्जत आमच्या हातात आहे आणि आमची इज्जत तुमच्या हातात आहे. मी तुमच्या भावना समजू

शकतो, पण तुम्ही आणि भगवती भाईंनी तर आपल्या भावना त्याच दिवशी पायतळी तुडविल्या होत्या, ज्या दिवशी तुम्ही दोघे पार्टीमध्ये सहभागी झाला होतात. याच्या आधी तुम्ही इतके बलिदान केले आहे तर आता आणखी काही करा."

शेवटी दुर्गादेवी आपल्या पतीचे अंत्य दर्शनही करू शकल्या नाहीत. आझाद आणि यशपाल त्या ठिकाणी गेले., ज्या ठिकाणी भगवतीचरण यांचे पार्थिव पडलेले होते. मग ते पार्थिव जमिनीत पुरण्यात आले. कारण ते स्मशानात नेणे प्रत्येक प्रकारे अवघड होते. एक म्हणजे जंगलात या ठिकाणी कोणतेही वाहन येऊ शकत नव्हते. जर समजा ते उचलून नेले असते तर पोलिसांना माहिती कळल्यावर सर्व जण मोठ्या संकटात सापडले असते.

हे वर्णन श्री वीरेंद्र यांचे पुस्तक 'वे इन्कलाबी दिन" च्या आधारे केले आहे. श्री मन्मथनाथ गुप्ता यांनी भगवतीचरण यांच्या मृत्यूचा तपशील दुसऱ्या प्रकारे दिला आहे. श्री गुप्त यांच्या नुसार या अपघातामध्ये भगवतीचरण यांचे आतडे बाहेर पडले होते. त्यांच्याच शब्दात,

"भगवतीचरण यांचा मृत्यू क्रांतिकारी इतिहासातील एक दुःखदायी घटना आहे. या बाबतीत अनेक प्रकारच्या गोष्टी सांगितल्या जातात. जे काही कळले आहे, त्यामध्ये इतकेच निर्विवाद आहे की, २८ मे १९३० रोजी संध्याकाळी साडेचार वाजता भगवतीचरण एक बॉम्ब घेऊन त्याचे परीक्षण करण्यासाठी रावीच्या तीरावर गेले. तिथे गेल्यावर बॉम्ब अचानक फुटला आणि भगवतीचरण गंभीररित्या जखमी झाले. असे म्हणतात की या जखमेमुळे त्यांची सर्व आतडी बाहेर आली होती, पण तरीही अखेरच्या क्षणापर्यंत त्यांच्यावर पक्षाची धून स्वार झाली होती. ते तीन-चार तास जिंवंत राहिले, पण काहीशी परिस्थिती अशी निर्माण झाली किंवा निर्माण करण्यात आली की त्यामुळे त्यांना डॉक्टरांची मदत मिळू शकली नाही. "

निःसंशयपणे भगवतीचरण यांचे निधन क्रांतिकारी पक्ष आणि भगतसिंग यांच्या सुटकेच्या योजनेसाठी एक धक्का होते.

योजनेचे अपयश

भगवतीचरण यांच्या निधनामुळे पक्षाला खूप मोठा धक्का बसला होता तरीही योजना पूर्णत्वास नेणे आवश्यक होते. या शोकाकूल वातावरणामध्ये एक विचित्र सुनेपणा भरून राहिला होता. कोणालाच हे कळत नव्हते की, हा सुनेपणा कशा

प्रकारे तोडून टाकावा. दुर्गावतींची स्थिती तर विचित्र झाली होती. त्या रडू शकत नव्हत्या की बोलू शकत नव्हत्या. त्यामुळे पक्षाचा नेता असल्यामुळे आझाद यांनाच या कामी पुढाकार घ्यावा लागला. ते दुर्गादेवींना म्हणाले की भगवतीचरण यांच्या अंतिम इच्छेनुसार भगतसिंग यांना मुक्त करणे आवश्यक आहे. त्यावर वीरांगना दुर्गादेवी म्हणाल्या,

"भैय्या, तुम्हाला हे कार्य करायचेच असेल तर त्यांच्या जागी आता मी तुमच्या सोबत येईल."

दुर्गाच्या या शब्दाने सर्वांना आनंद झाला. दुर्गाच्या मांडीवर चार वर्षांचे बाळ होते. अशा परिस्थितीत या योजनेमध्ये सहभागी होणे म्हणजे तळहातावर प्राण घेऊन लढायला जाणे होते. त्यामुळे या योजनेमध्ये त्यांच्या जिवाला काही धोका झाला असता, तर ते बाळ पूर्णपणे अनाथ झाले असते. ही सर्व परिस्थिती पाहता त्यांच्या ऐवजी दुसरी महिला सुशीलाने जाण्याची इच्छा व्यक्त केली. आझाद यांनी सर्वांचे म्हणणे ऐकून घेतले आणि पक्षाचा प्रमुख असल्यामुळे आदेश दिला,

"हे काम महिलांचे नाही. तुमच्या दोघींपैकी कोणीही जाणार नाही. यावेळी तुम्ही जे काही काम करीत आहात, ते काय कमी आहे? आम्ही सर्व जातो आणि नशिबाची परीक्षा घेतो."

त्यामुळे मग पूर्वी ठरलेल्या वेळी १ जून १९३० रोजी आझाद, यशपाल, वैश्यंपायन आणि इतर दोन तीन तरूण सदस्य आपल्या ध्येयासाठी निघाले आणि सेंट्रल जेलच्या जवळ जाऊन पोहचले. सर्व जण पूर्णपणे तयार होऊन योजनेनुसार आपापल्या जागी जाऊन उभे राहिले. भगत सिंग आणि दत्त यांना आधीच याची माहिती देण्यात आली होती. अर्थात ही योजना काही यशस्वी झाली नाही.

ही योजना अपयशी झाली याबद्दल प्रामुख्याने दोन मते व्यक्त केली जातात. पहिल्या मतानुसार या घटनेच्या आधी या दोन्ही कैद्यांना घेऊन जाणारी तुरुंगाची गाडी जेलच्या गेटपासून रस्त्यावर काही अंतरावर उभी होती. जेलच्या फाटकापासून तिथपर्यंत कैद्यांना पायी नेले जात असे. पण या दिवशी मात्र तुरूंगाची गाडी गेटच्या अगदी जवळ उभी करण्यात आली होती आणि तिथूनच ती कैद्यांना घेऊन पळाली. चंद्रशेखर आझाद आणि इतर फक्त पाहतच राहिले.

दुसरे मत यापेक्षा वेगळे असून या मतानुसार अखेरच्या क्षणी भगतसिंग यांनी तुरूंगातून पळून जाण्याचा विचार बदलला. श्री वीरेंद्र यांनी केलेले याबाबतचे वर्णन इथे सादर करीत आहोत,

"भगतसिंग आणि दत्त यांना बाहेर काढले जाईल तेव्हा वैशंपायन बासरी वाजवतील आणि प्रतित्युत्तरादाखल भगतसिंग आपले डोके खाजवतील, असा या योजनेचा एक भाग होता. आपणही तयार आहोत, असा त्याचा अर्थ लावला जाणार होता. त्यानंतर मग पुढील कार्यवाही सुरू होणार होती. पण काय माहीत कशामुळे भगतसिंग यांनी अपेक्षित संकेत दिला नाही. तुरूंगाच्या बाहेर येताच ते आणि दत्त तुरूंगाच्या गाडीत जाऊन बसले. पोलिस त्यांना घेऊन तिथून निघून गेले. आझाद आणि त्यांचे सोबती तिथे उभे राहून सर्व काही पाहतच राहिले. हे काय होत आहे, हे काही त्यांना कळले नाही. ते निराश होऊन परत आले."

काही वेळानंतर भगतसिंग यांना विचारण्यात आले की त्यांनी असे सर्व का केले? तेव्हा त्यांनी उत्तर दिले की भगवतीचरणांच्या मृत्यूनंतर जिवंत राहण्याची इच्छाच राहिली नव्हती. तसेच पक्षाची अंतिम निशाणी असलेले आझादही या प्रकरणात मारले जावेत, अशी त्यांची इच्छा नव्हती. आझाद यांचा बळी देऊन भगतसिंग यांना आपली सुटका करून घ्यायची होती. त्यामुळे ते आता तुरूंगातून बाहेर पडले तेव्हा आपले सोबती बाहेर उभे असल्याचे त्यांनी पाहिले. तरीही ते या कार्यवाहीसाठी तयार झाले नाहीत. काय माहित यामध्ये किती लोक मारले गेले असते? "

संशयाचे क्षण

ही योजना अपयशी झाल्यामुळे आझाद यांना खूप दुःख झाले. बहावलपूरवरील आपल्या घरी गेल्यावर ते कोणाशीही काहीही बोलले नाहीत. ते एका खोलीत जाऊन बसले. आझाद यांचे सर्वाधिक विश्वासू भगतसिंग होते. त्यानंतर भगवतीचरण व्होरांचा क्रमांक लागतो. भगवतीचरण यांनी तर आधीच या जगाचा निरोप घेतला होता, तर भगत सिंग यांच्यासाठीही फाशीचा फंदा तयार झाला होता. या सर्व गोष्टींचा विचार करीत आझाद अनेक तास एका बंद खोलीत बसून राहिले. अतिशय विचित्र परिस्थिती होती. एका बाजूला सर्वात प्रिय सोबती तुरूंगात होता, त्याला फाशीवर लटकविण्यासाठी न्यायाचे नाटक सुरू झाले होते. त्यासोबतच त्यांचे दिवंगत सोबत भगवतीचरण यांची अशी इच्छा होती की, भगतसिंगांना आवश्य मुक्त करावे. दुर्दैवाने सर्व योजना अपयशी ठरली होती. काय करावे, काय करू नये? अशा प्रश्न समोर होता. शेवटी सर्व प्रकारच्या संशयावर विजय मिळवून आझाद यांनी भगतसिंग यांच्या मुक्ततेसाठी आणखी एकदा प्रयत्न करण्याचा निर्णय घेतला. त्यांच्यासाठी परिस्थितीसमोर पराभव पत्करून आत्मसमर्पण करणे म्हणजे पळपुटेपणा होता.

आझाद अटल निर्णय घेऊन झोपी गेले, पण वाटत होते जणू काही या क्षणी नशिबाचे फासे फिरले होते. रात्री उशिरा घरात ठेवलेल्या बॉम्बपैकी एक बॉम्ब आपोआप फुटला. या आवाजाने सर्वांची झोप उडली. घराची सर्व दारे आणि खिडक्या हादरल्या. आझाद यांनी सर्वांना आदेश दिला की ज्याच्या हाताला जे सामान येईल ते घेऊन इथून पळून जावे. पोलिस तिथे पोहचण्याची शक्यता होती, त्यामुळे अकल्पनीय भयंकर परिस्थिती निर्माण होऊ शकली असती. अर्थात पक्षातील महिला सदस्यांना इतक्या लवकर कुठे पाठवावे, हीही एक समस्या होती. या घराच्या शेजारी एक इंजिनिअर राहत होता. कदाचित तोच पोलिसांना या बॉम्बस्फोटाची माहिती देऊ शकेल, असे वाटल्यावरून यशपाल त्याच्याकडे गेले. त्यांनी इंजिनिअरला आपली सर्व कथा सांगितली. तसेच त्याला विनंती केली की त्याने किमान अर्धा तास तरी त्याने या स्फोटाची माहिती पोलिसांना देऊ नये. या दरम्यान सर्व क्रंतिकारक तिथून निघून जातील. तेव्हाच पोलिसांना याची माहिती द्यावी. क्रांतिकारकांच्या भावनांचा आदर करीत इंजिनिअरने त्यांचे म्हणणे ऐकले. या दरम्यान सर्व क्रंतिकारक तिथून यशस्वीरित्या बाहेर पडले.

सुखदेवराज जखमी झाले होते, पण त्यांना एखाद्या इस्पितळात दाखल करणे शक्य नव्हते. यावर उपायही धन्वंतरीने काढला. दयानंद आयुर्वेदिक कॉलेज, लाहोरचे प्राचार्य डॉ. आसानंद राष्ट्रवादी विचारांचे व्यक्ती होते. धन्वंतरी कधी त्यांचे विद्यार्थी राहिले होते. डॉ. आसानंद यांनी त्यांना आपल्या घरी ठेवून सुखदेवराज यांच्यावर उपचार केले. त्यांनी सुखदेवराज यांच्या पायाचे ऑपरेशन केले. त्यांच्या उपचारामुळे सुखदेवराज यांचा पाय लवकरच बरा झाला. त्यानंतर त्यांना अमृतसरला पाठविण्यात आले.

अशा प्रकारे सततच्या अपयशानंतर आझाद यांच्या समोर पक्षाला पुनः संघटित करण्याचा प्रश्न सर्वासमोर आघाडीवर होचा. त्यासाठी पैशांची आवश्यकता होती. पैशांची व्यवस्था करण्यासाठी ते लाहोरहून निघाले आणि दिल्लीला पोहचले. या आधी वर्णन केलेली गाडोदिया स्टोअर दरोडा त्यांना याच वेळी टाकला होता.

यशपाल प्रकरण

अशा प्रकारे दलसदस्यांच्या वतीने वाद घालण्याचा विरोध करीत होता, पण तरीही दलातील क्रांतिकारी सदस्याकडून अशी अपेक्षा केली जात असायची की त्याने अविवाहित रहावे. जर एखाद्या सदस्याला विवाह करायचा असेल, तर त्याला त्यासाठी पक्षाची परवानगी घ्यावी लागत होती. गडोदिया स्टोअर दरोड्यानंतर पक्षाने दिल्लीमध्ये एक कारखाना सुरू केला होता. दाखविण्यासाठी तर तो साबण आणि तेल तयार करण्याचा कारखाना होता, पण त्यामध्ये बॉम्ब बनविण्यासाठी उपयुक्त असलेले पिकरिक ॲसिड तयार केले जात असे. या कारखान्याचे संचालन श्री आज्ञेय करीत होते. आज्ञेय यांच्याशिवाय त्या ठिकाणी कैलाशपती, विमलाप्रसाद जैन, त्यांची पत्नी आणि यशपाल आणि प्रकाशवतीही राहत असत. यशपाल आणि प्रकाशवतीचे संबंध अतिशय अंतरिक आणि जिव्हाळ्याचे झाले होते. ते दोघे एकत्र राहत असताना दिसत होते. हे पक्षाच्या नियमांच्या विरूद्ध होते. त्यामुळे यशपाल यांना गोळी मारण्यात यावी, असे पक्षाने ठरविले. हे काम वीरभद्र तिवारी याच्यावर सोपविण्यात आले. यशपालला गोळी मारण्याऐवजी तिवारीने हे सर्व यशपालला सांगितले. यशपाल हातात रिव्हॅलव्हर घेऊन कारखान्यात गेले आणि प्रकाशवतीला घेऊन लाहोरला निघून गेले.

त्यानंतर यशपाल आणि प्रकाशवती यांनी विवाह केला. नंतर ते आझाद यांना भेटले. यशपाल आणि आझाद यांच्यातील दुरावा संपला. पण पक्षाच्या आदेशाची अवहेलना केल्याबद्दल वीरभद्र तिवारीला पक्षातून काढून टाकण्यात आले. तसेच हा कारखाना बंद करण्यात आला.

यशपालच्या विरूद्ध अशा प्रकारे कठोरपणे निर्णय घेण्याचे कारण पक्षामधील शिस्तीबरोबरच असेही होते की यशपाल यांनी प्रकाशवतीला पळवून आणले होते. तिच्या आई वडिलांच्या वतीने केली जाणारी कारवाई पक्षासाठी घातक सिद्ध झाली होती. अशा प्रकारे आसक्तीमध्ये गुंतून अनेक सदस्यांनी पक्षाला नुकसान पोहचविले होते.

प्रकरण आठवे

वीरगति

इकडे भगतसिंग, राजगुरू आणि सुखदेव यांना फाशीची शिक्षा ठोठावण्यात आली होती. दुसऱ्या बाजूला चंद्रशेखर आझाद यांना फरारी घोषित करण्यात आले होते. या फरारी असल्याच्या काळात पोलिसांच्या डोळयात धूळफेक करीत एक ठिकाणाहून दुसऱ्या ठिकाणी फिरत होते. पोलिस तर त्यांच्या मागे लागलेच होते, पण त्यांचे खबरेही बक्षिसाच्या आशेने त्यांच्या मागावर फिरत होते. जरासा संशय आला तरीही पोलिस शोध घेण्यात कुचराई करीत नव्हते. आझाद यांच्यासमोर मात्र फक्त एकच प्रश्न होता की पक्ष पुन्हा कशा प्रकारे सदृढ करावा. हे सिद्धी करण्यासाठी ते दक्षिण भारतात जाण्याचा विचार करीत होते.

आपल्या याच विचारांना प्रत्यक्षात आणण्यासाठी ते अलाहाबादला पोहचले. शेवटी २७ फेब्रुवारी १९३१ चा दुर्दैवी दिवस उजाडला. आझाद आपला एक सोबती सुखदेवराज यांच्या सोबत अल्फ्रेड पार्कमध्ये बसलेले होते. सकाळी दहा वाजताची वेळ होती. कोण्या तरी देशद्रोह्याने ते दोघे पार्कमध्ये असल्याची बातमी पोलिसांना कळविली होती. इतक्यात दोन पोलिस अधिकारी बातमीची सत्यता पडताळण्यासाठी तिथे आले. ज्यांचे नाव विशेसर सिंग आणि डालचंद होते. डालचंद चंद्रशेखर आझादला ओळखत होता. त्याने दुरूनच त्यांना पहिले आणि ओळखले. त्यानंतर दोघेही परत गेले आणि त्यांनी ही माहिती गुप्तचर पोलिस अधिक्षक नॉट बाबर यांना दिली. नॉट बाबर लगेच आपली गाडी घेऊन अल्फ्रेड पार्कमध्ये पोहचले. त्याने आपली गाडी आझाद यांच्या पासून १० गज अंतरावर उभी केली. तो गाडीतून उतरला आणि आझादांच्या दिशेने निघाला. आझादांना जिवंत पकडण्याची

त्यांची इच्छा होती. त्यामुळे त्यांच्या दिशेने आपले रिव्हालव्हर रोखीत त्यांना आत्मसमर्पण करण्याचे आवाहन केले. आझाद अर्थातच असे करायाला तयार नव्हते. ते उठून उभे राहिले. त्यांनी नॉट यांच्या आवाहनाला प्रत्युत्तर आपल्या हातात रिव्हॅलव्हर घेऊन दिले. नॉट बाबर याने गोळी चालवली. त्यावर आझाद यांनीही गोळी चालवली. गोऱ्याने मारलेली गोळी आझाद यांच्या पायावर लागली होती तर आझाद यांनी मारलेली गोळी गोऱ्याच्या खांद्यावर लागली होती. मग दोन्ही बाजूने गोळीबार सुरू झाला. इतक्यात आणखीही काही पोलिस तिथे आले होते. नॉट बाबर यांचे मनगट आझादाच्या गोळीने जखमी झाले होते. गोळीबार सतत सुरू होता. मनगट जखमी झाल्यामुळे बाबर एख झाडाच्या मागे दडले. आझाद घसरत घसरत त्या झाडाच्या दिशेने निघाले. त्यांच्या जवळही पुरेशा गोळ्या होत्या. त्यांनी गोळीबार सुरू होताच आपला सोबती सुखदेवराज याला तिथून पळवून लावले होते. खरं तर तो जायला अजिबात तयार नव्हता, पण आझाद यांनी त्याचे काही एक ऐकले नाही. त्यांना जबरदस्तीने तिथून पळवून लावले. नॉट बावर झाडाच्या मागे दडल्यावर त्याची जागा विशेसर सिंहने घेतली होती. आझाद यांनी त्याच्यावर नेम धरला. त्यामुळे त्याचा जबडा फाटला. विशेसर सिहं याला त्याची खूप मोठी किमत चुकवावी लागली. त्याचा जबडा पुन्हा कधीही नीट होऊ शकला नाही. त्यामुळे सेवाकाळ संपायच्या आधीच त्याला सेवेतून मुक्त करण्यात आले.

दोन्ही बाजूने बराच वेळ गोळीबार सुरू होता. त्याला आता खूप वेळ झाला होता. असे म्हणतात की आपल्या रिव्हॅलव्हरमध्ये अखेरची एक गोळी शिल्लक असल्याचे आझाद यांच्या लक्षात आल्यावर त्यांनी रिव्हालव्हर आपल्या कानशीलावर ठेवले आणि गोळी चालवली. आझाद यांनी चीरनिद्रा घेतली. मरता मरता त्यांना आपले आजाद हे नाव सार्थक केले. कारण ते नेहमी म्हणत असत, "मी आझाद आहे, आझादच राहिल. जिवंतपणी पोलिस मला अटक करू शकणार नाहीत."

असेच झाले. त्यांचा निष्प्राण देह जमिनीवर पडला होता. ते उचलण्यासाठी पोलिस पुढे आले, पण त्यांच्या शवाला हात लावण्याचे त्यांचे एकदम धाचस झाले नाही. सिंह शेवटी सिंहच असतो. त्यांच्यामध्ये थोडासा जरी श्वास शिल्लक असेल तर मरता मरता ते त्या पोलिसाचे काम पूर्ण करू शकले असते. त्यामुळे जमिनीवर पडलेल्या त्यांच्या पार्थिवाला हात लावण्याच्या आधी पोलिसांनी त्यांच्या पायावर एक गोळी चालवली. त्यानंतरच मग त्यांना हात लावला.

आजू बाजूला राहणाऱ्या लोकांना आझाद यांना पोलिसांनी पकडल्याची बातमी कळली तेव्हा अनेक लोक म्योर कॉलेजच्या समोर जमा झाले. ही घटना पाहताच त्या ठिकाणी 'आझाद जिंदाबाद'' च्या घोषणा देण्यात आल्या. आझाद जमिनीवर पडल्यावर पोलिसांचे लक्ष घोषणा देणाऱ्या जमावाकडे गेले. तेव्हा नॉट रिव्हालव्हर घेऊन त्यांच्या दिशेने निघाला. त्यावर लोक म्योर सेंट्रल कॉलेज आणि मुस्लिम हॉस्टेलच्या दिशेने पळाले. यावेळी त्याला आझाद यांचे पार्थिव नेण्याची घाई झाली होती त्यामुळे त्याने लोकांचा पाठलाग जास्त दूर न करता परत आले. त्यानंतर पोलिस आझादाचे पार्थिव लॉरीत टाकून घेऊन गेले आणि घोषणा केली की पोलिसांनी केलेल्या गोळीबारात आझाद मारले गेले.

आझाद अल्फ्रेड पार्कमध्ये असल्याची माहिती पोलिसांना कोणी दिली याबाबत विविध प्रकारची मते व्यक्त करण्यात आली आहेत. काही पुस्तकांमध्ये असे लिहिलेले आढळून येते की, पोलिसांना ही माहिती वीरभद्र तिवारीने दिली होती. काही लोकांच्या मते अलहाबादच्या एका सेठजीने ही माहिती पोलिसांना दिली होती. श्री मन्मथनाथ गुप्त यांनी स्पष्ट शब्दात वीरभद्र तिवारीने खबरेगिरी केल्याचा उल्लेख तर केला नाही, पण श्री गुप्त लिहितात,

"इ.स. १९३१च्या ७ फेब्रुवारीची गोष्ट आहे. सकाळचे दहा वाजले होते. चंद्रशेखर आझाद आलहाबाद चौकातून कटरा जाणाऱ्या मार्गावर सुखदेवराज यांच्या सोबत फिरत होते इतक्यात वाटेत ते अचानक दचकले. गोष्ट अशी होती की त्यांनी वीरभद्र तिवारीला पाहिले होते. हा वीरभद्र तिवारी काकोरी कांडामध्ये अटक झाला होता, पण रहस्यमय कारणामुळे त्याची सुटका झाली होती. तेव्हापासून काही लोकांच्या त्यांच्यावर संशय होता. अर्थात वीरभद्र असा अनुभवी आणि गप्पा मारण्यात कुशल होता की सर्व लोक त्याच्या बोलण्यामध्ये अडकले. इतकेच नाही तर तो पक्षातील एक महत्त्वाची व्यक्ती बनला. असे म्हटले जाते की पक्षामध्ये त्याचे वागणे अशा काही प्रकारचे होते की तो पोलिसांनाही भेटत असे आणि पक्षामध्येही काम करीत असे. आझाद अतिशय सरळ स्वभावाचे होते आणि ते खूप लवकर त्याला भूलथापांना बळी पडत असत. अनेक वेळा फसवणूक झाल्यामुळे शेवटी त्याला पक्षात न ठेवण्याचा निर्णय घेण्यात आला. वीरभद्रलाही हे माहीत होते की आपल्याला

कशामुळे पक्षातून काढून टाकण्यात आले आहे. त्यामुळे अलाहाबादमध्ये आझाद यांनी वीरभद्रला पाहिल्यावर ते दचकले. आझाद आणि सुखदेवराज अल्फ्रेड पार्कमध्ये एका ठिकाणी बसले. इतक्यात पोलिस ऑफिसर विशेसर सिंह आणि डालचंद तिथे आले. यांच्यापैकी डालचंद त्यांना ओळखत होता. ''

'भारतातील तीन क्रांतिकारक' या पुस्तकाचे लेखक श्री यशपाल शर्मा आणि श्री योगेंद्र शर्मा यांच्या नुसार ही खबरेगिरी आझाद यांच्या एक श्रीमंत मित्राने केली होती. ज्याच्याकडे क्रांतिकारी गटाचा पैसा ठेवला होता,

''यावेळी आझाद प्रयागमध्ये होते. त्यांचा एक श्रीमंत मित्र होता. त्याच्याकडे क्रांतिकारी पक्षाचा पैसा जमा राहत असे. चंद्रशेखर आझाद पुन्हा नव्याने पक्षाची बांधणी करण्याच्या विचारात होते. त्यासाठी त्यांना पैशांची आवश्यकता होती. ते आपल्या सेठजी मित्राकडे गेले आणि त्याला पैसे मागितले. सेठजीची नियत फिरली होती. सेठ त्यांना पैसे द्यायला नकार देऊ शकत नव्हता. त्यामुळे त्याने काही तरी कारण सांगून प्रकरणामध्ये एक दोन दिवसांची मुदत घेतली. पैसे येताच आपण देऊन टाकू असे सांगितले. चंद्रशेखर आझाद यांना सेठजीच्या वागण्यातील फरक कळला नाही, कारण तसा काही त्यात फरक पडला नव्हता. पैसे देण्यामध्ये आधीही त्याला एक-दोन दिवसांचा वेळ लागायचा. सेठजी आझाद यांना बोलता बोलता म्हणाले की, 'आता कुठे जाता आझाद, इथेच थांबा.'

''नाही, यावेळी मी अल्फ्रेड पार्कमध्ये जात आहे. काही काम आहे. उद्या परत येतो. पैशांची व्यवस्था करून ठेवा.''

इकडे आझाद घरातून बाहेर पडले आणि तिकडे सेठजीने पोलिसांना माहिती दिली. २७ फेब्रुवारी १९३१ चा दिवस होता. सुपरीटेन्डटने सर्व शहरातील पोलिसांना एकत्र येऊन अल्फ्रड पार्कला घेराव घालायला सांगितले. चंद्रशेखर आझाद आपल्या एका सोबत्याशी बोलत होते. त्यांनी दुरूनच पोलिसांना पाहिले. चारी बाजूने पोलिस ढगांसारखे येत असल्याचे त्याला दिसले.

श्री व्यथित हृदय यांनी आपले पुस्तक 'चंद्रशेखर आझाद' मध्ये या दोन्ही घटना एकत्रितरित्या सादर केल्या आहेत,

''आझाद यांचे लक्ष प्रयागकडे गेले. ते विचार करू लागले, प्रयागमधील एका व्यापाऱ्याकडे क्रांतिकारी गटाचे आठ हजार रूपये पडलेले आहेत. प्रयागला त्या

व्यापाऱ्याकडे जाऊन ते पैसे का परत घेऊ नयेत? क्रांतिकारी पक्षाचे पैसे पक्षाच्या संघटनेसाठी उपयोगी पडले, तर चांगलेच होईल. तर मग आजच का प्रयागला रवाना होऊ नये? या कामामध्ये आता उशीर करता कामा नये. पण प्रयागला जायच्या आधी एक वेळ तिवारीला भेटायला हवे. संकटाच्या या क्षणी तिवारी वगळता आपले असे दुसरे कोणी नाही. या बाबतीत त्यांचाही सल्ला घ्यायला हवा. आझाद विचार करीत करीत उठेले आणि त्याच्या घराच्या दिशेने चालू लागले. त्यांनी त्याच्या घरी पोहचल्यावर त्याच्याशी विचार विनिमय केला. त्यांना पूर्ण योजना सांगितली. मग ते त्याच रात्री प्रयागला निघून गेले. ''

आझाद यांनी प्रयागला गेल्यावर झुँशीच्या जवळील जंगलात आपले निवासस्थान तयार केले. ते रोज गंगेमध्ये स्नान करीत असत आणि ब्रह्मचाऱ्याच्या वेशात त्याच जंगलात राहत असत. ते त्याच वनामध्ये राहून त्या व्यापाऱ्याशी संपर्क साधण्याचा प्रयत्न करीत होते, ज्याच्याकडे पक्षांचे पैसे जमा होते. तो व्यापारी कोण होता? त्याचे नाव काय होते? याबाबतीत काहीही उल्लेख आढळत नाही. मी त्या दिवसांत ज्या काही गोष्टी ऐकल्या होत्या, त्यांच्या आधारे तो गृहस्थ कोणी वाणी किंवा व्यापारी नव्हता, तर एका मोठ्या प्रेसचा मालक होता आणि दोन वृत्तपत्रेही प्रकाशित करीत होता. त्याने देशभक्तीचा बुरखा पांघरला होता. आझाद, भगतसिंग आणि इतर क्रांतिकारक नेहमी त्याच्या घरी जात असत. आझाद प्रयागला गेल्यावर एक-दोन वेळा तिवारीने झूँशीला जाऊन त्यांची भेट घेतली. ज्याच्याकडे पक्षाचे आठ हजार रूपये जमा होते, त्या प्रेसच्या मालकालाही ते भेटले. कोणत्या तरी प्रकारे गुप्तचर इन्सपेक्टरला तिवारी आणि आझाद यांच्या संबंधांची माहिती मिळाली. इन्सपेक्टर तिवारीकडे पोहचला आणि त्याला आपल्या जाळ्यात ओढण्यासाठी म्हणाला, "तू आझाद यांचा खूप जवळचा मित्र आहेस, असे मी ऐकले आहे. आझाद आज काल कुठे आहेत, ते तुला चांगले माहीत आहे. तू गरिबीमध्ये जीवन व्यतीत करीत आहेस. तू मला आझाद यांची माहिती दिली तर तुला अतिशय सोप्या मार्गाने दोन हजार रूपयांचे बक्षिस मिळू शकते. ''

तिवारीने स्पष्ट नकार दिला. तो म्हणाला, "मला आझाद यांच्याविषयी काहीही माहिती नाही. '' तिवारी आझादांचे खूप जवळचे मित्र होते, पण ते क्रांतिकारक नव्हते. तरीही त्यांच्या त्यांच्यावर खूप अधिक विश्वास होता. ते जेव्हा केव्हा कानपूरला

जात असत तेव्हा त्यांच्या घरी नक्की जात असत. त्यांच्या सर्व हालचालींची त्यांना माहिती असायची. ते कुठे जातात? काय करतात? या सर्व गोष्टी त्यांना माहित असत. तिवारीनी नकार दिल्यावरही इन्सपेक्टर काही त्यांचा पीछा सोडायला तयार नव्हता. त्यांना समजावून सांगत तो म्हणाला, "बक्षिसाचे दहा हजार रूपये तर मिळतीलच. शिवाय सरकार तुला पेन्शनही देईल. तू आणि तुझी बायका पोरे सुखामध्ये जीवन घालवू शकाल. तुझे म्हातारपणही आरामात जाईल. आझाद तर एक ना एक दिवस नक्कीच पकडले जातील, मग तू का हाती आलेली संधी गमावत आहेस? या जगात कोणीही कोणाचे असत नाही. बुद्धिमान माणूस तोच असतो, जो हाती आलेल्या संधीचा योग्य प्रकारे वापर करतो."

इन्सपेक्टरच्या प्रयत्नामुळे तिवारींचे मन मोहाच्या जाळात अडकले, पण त्यांच्या अंतर्तम्याने मात्र त्यांचा धिक्कार केला. आतून आवाज आला, 'पैशांच्या लोभापायी तू आपल्या अशा एका मित्राचा विश्वासघात करायला निघाला आहेस, ज्याचा तुझ्यावर विश्वास आहे. तो देशभक्त आहे, पूण्यात्मा आहे. त्याला तू अटक करविलीस तर तुला नरकातही जागा मिळणार नाही.'

पण लोभाने आणि मोहाने अंतर्रात्म्याचा आवाज दाबून टाकला. तिवारींचे मन घसरले. ते इन्सपेक्टरला म्हणाले, 'मला जर बक्षिसाची सर्व रक्कम आधी दिली तरच मी आझादचा पत्ता सांगू शकतो. "

इन्सपेक्टर म्हणाला, 'आर्धी रक्कम आज आता देतो. आझाद यांना अटक झाल्यावर बाकीचे आर्धे रुपये मिळतील.'

मग इन्सपेक्टरने पाच हजार रुपयांच्या नोटा तिवारीसमोर ठेवल्या. तेवढे पैसे पाहून तिवारीच्या तोंडाला पाणी सुटले. त्याने ते पाणी गिळत नोटा उचलल्या आणि मग आझाद यांचे ते रहस्य उजागर केले, जे आतापर्यंत कोणालाही माहीत नव्हते.

धरती थरथरली. भारत मातेचा पदर आसवांनी चिंब झाला, पण त्या आसवांचे मूल्य समजून घेणारे मात्र कोणीही नव्हते. अरे रे, जयचंदाच्या मुलांो. तुमच्या मुळेच मी या गुलामीच्या बेड्यात जखडून पडले आहे. तुमच्यामुळेच इंग्रज या देशावर राज्य करू शकले आणि तुमच्यामुळेच आज भारताचे स्वातंत्र्य आणि अखंडता धोक्यात आली आहे. तुमची निंदा कोणत्या शब्दांनी करू? कोणत्या शब्दांनी?

तिवारीला अलहाबादला नेण्यात आले. अलहाबादमधील पोलिसांशी त्यांची भेट

घालून देण्यात आली. अलाहाबाद पोलिसांनी तिवारीच्या सहकार्याने आझाद यांना अटक करण्याची योजना आखली. तिवारी त्या योजनेनुसार काम करू लागला. जाळे फेकू लागला.

लोभाच्या राक्षसाने तिवारीचा गळा चांगलाच आवळून धरला होता. त्याने असा विचार केला की आता पापाचा काळीमा तोंडाला लागलाच आहे, तर तो चांगल्या प्रकारे का लाऊ नये? त्यामुळे नरकामधील दुतांनाही मला ओळखण्यात अडचण येणार नाही. माणसाने जे काही काम करायचे ते भरपूर करावे, चांगल्या प्रकारे करावे.

तिवारी लोभाच्या आहारी जाऊन विचार करू लागला की पोलिसांकडून दहा हजार रुपये तर मिळतीलच, मग ते पैसेही का हडप करू नयेत, जे प्रेसच्या मालकाकडे जमा आहेत. आझादला ही गोष्ट काही केल्या कळणार नाही. त्याचा माझ्यावर चांगला विश्वास आहे. मी त्याला जे काही सांगेल, त्यालाच तो सत्य समजेल. त्यानुसारच वागेल.

तिवारी प्रेसच्या मालकाकडे पोहचला. तो त्यांना म्हणाला, "आझाद यांना रुपयांची खूपच आवश्यकता आहे. त्यांनी मला पाठविले आहे. क्रांतिकारी पक्षाचे तुमच्याकडे जे आठ हजार रूपये जमा आहेत. मी ते आझाद यांना नेऊन देईल."

प्रेसचा मालक आणि तिवारी दोघेही एक दुसऱ्याला चांगल्या प्रकारे ओळखत होते. तिवारीचे म्हणणे ऐकल्यावर प्रेसचे मालक म्हणाले, 'यावेळी तरी माझ्याकडे पैसे नाहीत. तू आझाद यांना सांगून मला आणखी काही वेळ देऊ शकणार नाहीस?'

खरं पाहता खरी गोष्ट अशी होती की, प्रेसच्या मालकाची नियत खराब झाली होती. त्याला पैसे देण्याची इच्छा नव्हती. त्यांने विचार केला होता की पोलिस नेहमी आझाद यांच्या मागे लागलेले असतात. त्यामुळे ते स्वतः तर पैसे मागण्यासाठी येणार नाहीत. दुसऱ्या कोणाला पाठविले तर टाळता येईल. मग हे रूपये आपणच का हडप करू नये?

तिवारी म्हणाला, "तुम्हाला तर आझाद चांगल्या प्रकारे माहीत आहेत. ते वचन मोडणाऱ्याला कधीही क्षमा करीत नाहीत. त्यामुळे मला पैसे देण्यातच तुमचे हीत आहे."

प्रेसचा मालक म्हणाला, "पूर्ण पैसे तर माझ्याकडे नाहीत.यावेळी माझ्याकडे फक्त दोन हजार रूपये आहेत. हवे असतली तर मी तुला दोन हजार देऊ शकतो."

तिवारीने विचार केला की चोराची लंगोटीच बरी. फुकटात दोन हजार रूपये मिळाताहेत, ते काय कमी थोडेच आहेत? तो म्हणाला,

“ठीक आहे. दोन हजार द्या. मी कसा तरी आझादांची समजूत घालतो.”

प्रेसच्या मालकाने तिवारीला दोन हजार रूपये दिले. त्याने असा विचार केला की अवघे दोन हजार दिल्यावव मुक्तता होत असेल तर त्यात काय वाईट आहे? तरीही सहा हजार रुपयांचा आपला फायदाच आहे.

तिवारी पैसे घेऊन निघून गेला. तो त्याच दिवशी झूँशीला जाऊन आझाद यांना भेटला. तो आझाद यांना म्हणाला, ‘मी प्रेसच्या मालकाशी बोलून आलो आहे. तो २३ फेब्रुवारी रोजी सकाळी ठीक दहा वाजता कंपनी बागेत लायब्ररीच्या समोरच्या झाडाखाली, जे नाल्याजवळ आहे तुम्हाला भेटणार आहे आणि पैसे देणार आहे.”

आझाद यांनी तिवारीच्या बोलण्यावर विश्वास ठेवला. ते म्हणाले, “ठीक आहे. मी दहा वाजायच्या आधीच त्या झाडाखाली पोहचेल.”

बिचाऱ्या आझाद यांना काय माहीत होते, की ज्याच्यावर आपण विश्वास ठेवीत आहोत, तोच आपला केसाने गळा कापणार आहे.

तिवारी आझाद यांच्याकडून परत आल्यावर ही सर्व माहिती पोलिसांना दिली.

२३ मार्च १९३१ य़ा दिवशी दुपारचे बारा वाजत आले होते. ऊन कडक झाले होते. गुप्तचर विभागातील माणसे साध्या वेषात कंपनीच्या बागेत फिरत होते. आझाद तिवारीच्या म्हणण्यानुसार दहा वाजायच्या आधीच आपल्या एका सोबत्यासह कंपनीच्या बागेत पोहचले होते. नाल्याला लागून असलेल्या झाडाखाली बसून प्रेसच्या मालकाची वाट पाहत होते.

थोडा वेळ झाला असेल नसेल तोच पोलिसांचे शिपाई आझाद यांना दिसले. आझाद आपल्या सोबत्याला म्हणाले, “मी येथे येणार असल्याची माहिती पोलिसांना मिळाली आहे, असे वाटेत. पोलिसांनी मला घेराव घालायच्या आधीच तू इथून निघून जा.”

क्रांतिकारी सोबत आझाद यांना सोडून जायला तयार नव्हता. पण त्यांनी त्याला तिथून निघून जाण्यासाठी विवश केले. तो एका माणसाची सायकल हिसकावून त्यावर बसून निघून गेला.

सोबती निघून गेल्यावर थोड्या वेळातच पोलिस कॅप्टन नॉट बावर पोलिस दलासह झाडाजवळ आला. त्याच्या सोबत पोलिस विभागाचा इन्सपेक्टर विश्वेशर सिंहही होता.

नॉट बावर दुरूनच इशारा दिल्याच्या स्वरात म्हणाला, 'आत्म समर्पण कर नाही तर गोळी चालविली जाईल."

आझाद उठून उभे राहिले. त्यांनी नॉट बावरच्या इशाऱ्याला गोळीने उत्तर दिले. गोळी त्याच्या मनगटावर लागली. मनगटाचे हाड तुटले नाही, पण त्याला लचक भरली.

मग तर पोलिसांकडून गोळीबार सुरु झाला. आझाद झाडाच्या आडोशाला उभे राहून आपले संरक्षण करू लागले. पोलिसांच्या गोळयांना गोळीने उत्तर देऊ लागले.

आझाद अतिशय शूरपणे पोलिसांशी सामना करीत होते. पोलिसांची संख्या खूप जास्त होती, तरीही ते आझाद यांचे धाडस विचलित करू शकले नाहीत. दुर्दैवाने आझाद यांच्याकडील गोळया संपल्या. फक्त एक गोळी शिल्लक राहिली होती, अखेरची गोळी.

आझाद यांनी पिस्तुल आपल्या कानशिलावर टेकवले. ती अखेरची गोळी आपल्याच कानशिलावर चालवली. गोळी आरपार निघून गेली.

आझाद जमिनीवर पडताच गतप्राण झाले.

श्री व्यथित हृदय यांनी आपल्या या पुस्तकाच्या 'दोन शब्द' मध्ये लिहिले आहे,

"मी आझाद यांच्या बलिदानाचे जे दृष्य पाहिले होते, ते आजही माझ्या नजरेसमोर जसेच्या तसे उभे राहते. त्यापासून मला प्रेरणा मिळते. उत्साह मिळतो. मी त्यांच्या बलिदानापासून आजपर्यंत त्यांच्या बाबतीत वारंवार वाचले आहे. तथ्यांचे संकलन केले आहे. 'अमर शहीद चंद्रशेखर आझाद' त्याचाच परिणाम आहे. मी असे ठामपणे सांगू शकतो, की यामध्ये ज्या गोष्टी लिहिल्या आहेत, त्या साधार आणि तथ्ययुक्त आहेत.

यावरून हे स्पष्ट होते की श्री व्यथित हृदय यांनी आपल्या पुस्तकातील माहितीच्या सत्याचा दावा केला आहे, पण पुस्तकात आझाद यांनी बलिदान केल्याची तारीख २३ मार्च (किंवा २३ फेब्रुवारी) १९३१ अमर शहीद भगतसिंग, राजगुरू आणि सुखदेव यांचा बलिदान दिन आहे, आझाद यांचा नाही.

या घटनेच्या काही काळ आधीपर्यंत सुखदेवराज आझाद यांच्या सोबत होते. त्यांच्या अनुसार या घटनेचा तपशील काहीसा असा आहे,

'२७ फेब्रुवारी रोजी सकाळी जलपान केल्यानंतर मी माझ्या सायकलवरून

निघालो तेव्हा भैया आझाद मला वाटेतच भेटले. आम्ही दोघेही मग बोलत बोलत पार्कच्या दिशेला गेलो. भैया मला असे विचारत होते की मी बर्माला जाऊन आलो होतो त्यामुळे बर्मा मार्गे काही लोक देशाबाहेर जाऊ शकतात का? या बाबतीत मला जा काही माहिती होती, ती मी दिली. आम्ही दोघे बोलत बोलत पार्कमध्ये गेलो. तिथे एक व्यक्ती पुलावर बसून दात घासत होती. त्याने आझाद यांना निरखून पहायला सुरूवात केली. त्याचे डोळे पाहून आझाद यांना थोडासा संशय वाटला. त्यांनी माझ्याकडे उल्लेख केला. मी परत त्या व्यक्तीकडे पाहिले, पण आता त्याने आपले तोंड दुसरीकडे फिरविले होते.

"आम्ही दोघे बोलत बोलत पुढे निघालो. इतक्यात समोर रस्त्यावर एक मोटार येऊन आचानकपणे थांबली. त्यामधून एक इंग्रज अधिकारी आणि पांढऱ्या ड्रेसातील दोन शिपाई बाहेर निघाले. ते आमच्या जवळ आले आणि तुम्ही कोण आहात? इथे काय करीत आहात? म्हणून आम्हाला विचारू लागले? बोलता बोलता त्या अधिकाऱ्याने आपली बंदूक काढली, त्यावर भैयाचा हात आपल्या पिस्तुलाकडे गेला. तसेच माझा हात माझ्या पिस्तुलावर. गोऱ्या अधिकाऱ्याने बोलायला सुरूवात केल्यावर तो आणखी जवळ आला. तेव्हा दोघांनीही गोळया झाडल्या, पण गोऱ्याने पिस्तुल आधी चालविले. आझाद यांनी नंतर.

गोऱ्याची गोळी आझाद यांच्या पायावर लागली, तर आझाद यांची गोळी गोऱ्याच्या खांद्याला. दोन्ही बाजून गोळीबाराला सुरूवात झाली. एक गोळी आझाद यांच्या उजव्या बाजूला चिरत त्यांच्या फुफ्फुसात जाऊन लागली. तरीही ते गोळया चालवित राहिले. अधिकाऱ्याचे मनगट तुटले. त्याने आपले प्राण वाचविण्यासाठी आपली मोटार पळविण्याचा प्रयत्न केला. आझाद रक्ताने माखले होते तरीही त्यांनी आपल्या गोळीने मोटारचा टायर पंक्चर केला.

"यावर तो गोरा अधिकारी आणि त्याचे सोबती एका झाडाच्या मागे जाऊन दडले. आझादही एका वृक्षाच्या मागे लपले. दोन्ही बाजूने गोळीबार सुरू होता. इतक्यात आझाद यांनी मला तिथून परत जायला सांगितले. ते लढता लढता तिथेच हुतात्मा झाले.तरीही त्यांनी आपल्या एका सोबत्याचा जीव वाचविला. आझादांचे पार्थिव जमिनीवर पडले होते, पण एकाही पोलिसाची त्या पार्थिवाजवळ जाण्याची हिमतं होत नव्हती. शेवटी तोच गोरा अधिकारी एका पोलिसाला म्हणाला की त्याने थोड्या दूर अंतरावरून त्या पार्थिवावर गोळी चालवावी."

सुखदेवराज यांचे लेखनही अनेक लेखकांनी विश्वासार्ह मानले नाही. अनेक पुस्तकातील माहितीनुसार स्वतः सुखदेव हाच पोलिसांचा माणूस होता. यशपाल यांच्या नुसार वीरभद्र तिवारी द्वारा खबरेगिरी केल्याची कल्पित कथा सुखदेवराजनेच रचली होती. सुखदेवराज यांच्यावरील संशयाला यामुळेही बळकटी मिळते की गोळीबार सुरू असताना तो आझादांच्या समवेत होता, तरीही त्याला एकही गोळी लागली नाही. शिवाय पोलिसांच्या नजरेतून तो कसा काय सुरक्षित पळून जाऊ शकला असता? पोलिसांनी त्याच्यावर जाणून बुजून गोळी चालविली नाही का?

या बाबतीत श्री मन्मथनाथ गुप्ता यांची ही शंका योग्य वाटते,

"यशपालाा यांच्यानुसार पक्षाची फोडाफाड झाली होती. केंद्रिय समिती विखुरली गेली होती, पण असे विचारले जाऊ शकते की, अशाभयंकर काळात अलहाबादमध्ये इतक्या मोट्या प्रमाणात क्रांतिकारक कशासाठी जमा झाले होते? यशपाल तिथे होते, पांडेय तिथे होते, सुखदेवराज होते. वीरभद्रच्या बाबतती तर असा प्रश्न निर्माण होतो की कोणी विश्वासघात केला होता? किती तरी माणसे अशी होती जी एकट्याने किवा मिळून विश्वासघात करू शकली असती. या बाबतीत मला चांगले आठवते की, आआाहाबादमध्ये आझाद यांच्या हौतात्म्याच्या अर्धशतकानिमित्त उपस्थित असलेल्या व्यक्तींपैकी एकाने जराही विचार न करता माझ्या समोरच हे सांगून टाकले की मी जर तोंड उघडले तर बहुतेकांची तोंडे पडतील.

पुराव्यावरून हे जाहीर होते की, वीरभद्र जे यशपाल यांच्या मतानुसार दुहेरी गुप्तहेर होते, त्यांच्याशिवाय इतरही अनेक लोक असे होते, जे आझाद आणि भगतसिंग यांची प्रसिद्धी- लोकप्रियता पाहून जळत होते. ते आझाद यांना आपल्या प्रगतीच्या मार्गातील अडथळा समजत होते."

सत्य काहीही असले`तरीही इतके तर नक्की आहे की चंद्रशेखर आझाद इथे पोलिसांशी सामना करीत वीरगतीला गेले होते. या मते-मतांतरामुळे त्यांचा त्याग, बलिदान आणि भारतीय स्वातंत्र्याच्या इतिहासातील त्यांची महती आणि योगदान यामध्ये काहीही फरक पडत नाही. तसेच महापुरूषांच्या बाबतीत तर दंतकथा प्रचलितच होत असतात.

आझाद यांचे पार्थिव शरीर पोलिसांनी उचलून नेले. त्यानंतर जे लोक ही घटना पाहून 'आझाद झिंदाबाद" च्या घोषणा देत होते, पार्कमध्ये आले. त्यांनी आजाद

यांच्या रक्ताने माखलेली माती त्यांची अंतिम आठवण, एक पवित्र विभूती म्हणून उचलून घेतली आणि आपल्या घरी नेली. श्री व्यथित हृदय यांनी स्वतः ही घटना पाहिली होती आणि ती मातीही उचलून नेली होती. त्यांनी लिहिले आहे,

"पोलिस निघून गेल्यावर आम्ही लोक त्या झाडाखाली गेलो. तेथील माती रक्ताने माखली असल्याचे आम्हाला दिसले. आम्ही ती माती आपापल्या घरी नेली. ती माती अनेक दिवस माझ्याकडे होती. शेवटी ती मातीच होती आणि अखेरीस मातीत मिसळून गेली."

पाप्याचे मन नेहमीच शाशंक असते, त्यामुळे इंग्रज सरकारच्या मनात भीती होती की जर आझाद यांचे पार्थिव लोकांना दिले तर लोक आपल्या भावना नियंत्रणात न ठेवू शकण्याची शक्यता होती. त्यामुळे त्यांचे पार्थिव लोकांना देण्यात आले नाही. इतकेच नाही तर लोकांना त्याची साधी कल्पनाही येऊ दिली नाही आणि गुपचूपपणे त्यांच्यावर अंतिम संस्कार करण्यात आले. कसे तरी राजर्षी पुरूषोत्तमदास टंडन आणि श्रीमती कमला नेहरू यांना याची माहिती कळली. ते इतर काही लोकांसह त्या ठिकाणी पोहचले, जिथे त्यांच्यावर अंत्य संस्कार करण्यात आले होते. त्यामुळे हे लोक त्या थोर क्रांतिकारकाचे काही अवशेष उचलून आणू शकले. दोन-तीन दिवसानंतर तिथे एक सभा झाली, जिला पुरुषोत्तमदास टंडन आणि कमला नेहरू सहभागी झाले होते. लोकांनी आपल्या दिवंगत लाडक्या क्रांतिकारकाला श्रद्धांजली अर्पण केली. प्रसिद्ध क्रांतिकारक शचिंद्र सान्याल यांची धर्मपत्नीही या सभेला उपस्थित होती. आझाद यांना आपली श्रद्धांजली अर्पण करताना श्रीमती सान्याला म्हणाल्या,

"खुदिराम बोस यांची राख तावीजमध्ये बांधून लोकांनी ते आपल्या मुलांना बांधले. म्हणजे मग त्यांचा मुलगाही खुदिराम बोस यांच्यासारखा शूर व्हावा. मी याच भावनेने आझाद यांची चिमूटभर राख नेण्यासाठी आलेआहे."

यावर लोकांनी ते भस्म आपल्या कपाळीलावले. मोठ्या मुश्किलीने थोडेसे भस्म शिल्लक राहिले. जे त्रिवेणी संगमावर अर्पण करण्यात आले.

आता भारतीय जनतेकडे भारत मातेच्या या अद्वितीय सुपुत्राच्या फक्त आठवणी राहिल्या होत्या. ते पार्क जिथे आझाद यांना वीर मरण आले होते, एक पवित्र भूमी झाली होती. ते झाड ज्याच्या आडोशाला राहून आझाद यांनी गोळया चालविल्या होत्या एक पवित्र वस्तु, आराध्य मूर्ती झाले होते. लोकांनी त्याची पूजा करायला

सुरुवात केली. त्यावर आपल्या पवित्र श्रद्धेचे प्रतिक म्हणून फुले अर्पण करायला सुरुवात केली. इंग्रजांना मात्र हे सहन झाले नाही. त्यामुळे त्यांनी ते झाडच तोडून टाकले. म्हणजे आझाद यांची कोणतीही आठवण शिल्लक राहणार नाही. अशा प्रकारे कोणाच्या आठवणींची भौतिक प्रतिके नष्ट केल्यामुळे त्याच्या स्मृती नष्ट होत नाहीत. आझाद भारतीयांच्या मनात वसले होते आणि जोपर्यंत ते तिथे विराजमान राहतील, तोपर्यंत या भारत भूमीचे अस्तित्त्व कायम राहील. आझाद यांच्या मृत्यूमुळे भारत वर्षातून एक श्रेष्ठ वीर आणि खरा देशभक्त निघून गेला होता. या सोबतच क्रांतिकारकांच्या एका युगाचाही अंत झाला होता.

प्रकरण नववे

आझाद यांच्या जीवनातील काही प्रेरक आणि संस्मरणीय प्रसंग

हळूहळू धूर आणिप्रकाश देत वर्षानुवर्षे जळत राहण्यापेक्षा प्रंचड वेगवान आणि तीव्र प्रकाशासह एका क्षणात जळून विझून जाणे चांगले असते. वीर चंद्रशेखर आझाद यांनीही ही उक्ती सार्थक केली. त्यांनी आपल्या जीवनातील अवघ्या २५ वसंतामध्ये भारतीय इतिहासात आपले एक अद्वितीय स्थान निर्माण केले आहे.

तसे तर चंद्रशेखर आझाद यांचे संपूर्ण जीवन म्हणजेच एक प्रेरणादायी प्रसंग आहे, ज्यामध्ये देशवासियांना त्यांची त्याग भावना, देश प्रेम, निर्भिडपणा इ. शिकवण मिळते. तरीही त्यांच्या जीवनातील असे काही प्रसंग आहेत, त्यापासून आपल्याला प्रेरणादायी शिकवण मिळते. त्यामुळे प्रत्येक व्यक्ती विचार करायला भाग पडते. त्याच्या मनामध्ये मातृभूमीसाठी आपल्या पूर्ण तारुण्यात सर्व प्रकारच्य सुख-सुविधा आणि भोग यांचा त्याग करून वीर मरण मिळविणाऱ्या या वीराबद्दल अगदी सहजपणे श्रद्धेचे भाव निर्माण होतात. अनेक विद्वान लेखकांनी आझाद यांच्या जीवनातील प्रेरणादायी प्रसंगाचा आपल्या पुस्तकांमध्ये उल्लेख केला आहे. त्यापैकीच काही प्रसंग इथे देत आहोत, -

- एकदा कोणी तरी गणेश शंकर विद्यार्थी यांना सांगितले की आझाद यांच्या आई -वडिलांची स्थिती अतिशय दयनीय आहे. त्यांच्याकडे खाण्यासाठीही काही नव्हते. त्यामुळे विद्यार्थी यांना खूप वाईट वाटले. आझाद आल्यानंतर त्यांनी त्यांना दोनशे रुपये दिले आणि ते आपल्या आई वडिलांना पाठवायला सांगितले.

आझाद यांनी पैसे घेतले आणि पक्षाच्या कामासाठी खर्च केले. ते पुन्हा विद्यार्थींना भेटल्यावर त्यांनी विचारले की तू ते रूपये आपल्या आई-वडिलांना पाठविले होते का? त्यावर आझाद त्यांना म्हणाले, "विद्यार्थीजी, माझ्या आई वडिलांना तसेही खाण्यासाठी काही ना काही मिळाले असते, पण माझ्या पार्टीमध्ये असे अनेक तरुण आहेत, ज्यांना अनेक वेळा उपाशी रहावे लागते. माझे आई वडील तर वृद्ध आहेत. ते उपाशीपोटी मेले तरीही काही फरक पडणार नाही. याउलट माझ्या पार्टीतील काही युवक भूकेने तडफडून मेले तर ती आपल्यासाठी लज्जास्पद बाब होईल. तसेच त्यामुळे देशाचे खूप मोठे नुकसान होईल."

- आझाद यांच्या सतत व्यायाम करण्यामुळे आणि संयमपूर्वक जीवन जगल्यामुळे त्यांचे शरीर बलवान, आकर्षक आणि सुदृढ झाले होते. ते पाहुन तरुणी अनेक वेळा स्वतः होऊन त्यांच्यावर मोहीत होत असत. या प्रसंगात याच्या आधी धीमरपुरा येथील ठाकूर मलखान सिंह यांच्या कुटुंबियांना आझाद आणि त्यांचे सोबती जीजी म्हणत असत. एकदा जीजीची एक मैत्रिण त्यांच्या घरी आली. ती महिला अनेक मुलांची माता होती, पण अजून यौवनात होती. ती विधवा होती, पण पुरूषाच्या मिलनाची तिच्या मनात तीव्र लालसा होती. ती ब्रह्मचारीजी (आझाद) यांच्यावर मोहित झाली. तिने आपल्या मनातील गोष्ट जीजीला सांगितली. जीजीने तिला असे काहीही न करण्याचा सल्ला दिला, पण तिने ऐकले नाही.

उन्हाळयातील रात्री आझाद वर झोपले होते. ती महिला जाऊन आझाद यांच्या आंथरुणावर बसली. आझाद उठून बसले. आझाद यांना वाटले जीजीही येत असेल. काही क्षण वाट पाहिल्यावरही जीजी आली नाही तेव्हा आझाद यांनी तिला येण्याचे कारण विचारले. त्यावर ती महिला हासली आणि आझाद यांच्या दिशेने पुढे सरकली. आझाद मागे सरकत राहिले आणि ते पुढे येत राहिली. तिने आझाद यांना धमकी दिली की त्यांनी जर तिचे म्हणणे ऐकले नाही तर ती आरडा ओरडा करून त्यांना बदनाम करील. काहीच मार्ग दिसत नाही असे पाहून आझाद यांनी छतावरून उडी मारली आणि हनुमानजीच्या मंदिरात गेले.

- आझाद आणि त्यांचे सोबती खानियाधाना येथील राजाच्या घरी राहत होते. या

विषयीची माहिती पोलिसांना मिळाली होती. त्यामुळे सरकारने हे राज्य जप्त केले आणि प्रभूदयाल नावाच्या एका व्यक्तीला त्याचा प्रशासक म्हणून नियुक्त केले. जो राजावर लक्ष ठेवीत असे. एकदा राजा आणि प्रभूदयाल बागेमध्ये बसले होते. अचानकपणे आझाद तिथे पोहचले. राजे साहेबांना त्यांच्या अशा प्रकारे येण्याचे आश्चर्य वाटले. ते त्यांच्या आदरार्थ उठून उभे राहिले आणि त्यांच्या तोंडून अचानकपणे शब्द बाहेर पडले, "पंडितजी महाराज, यावे."

सोबत असलेला प्रभूदयालही उठून उभा राहिला. राजाने आझाद यांना बसण्यासाठी सांगितले. तोच प्रभूदयाल म्हणाला, "पंडितजी कोण आहेत?"

"खूप मोठे ज्योतिषी आहेत." राजे साहेब म्हणाले.

त्यावर पभूदयाल यांनी त्यांचे नाव जाणून घेण्याचा प्रयत्न केला. राजे साहेब अचानक घाबरून गेले. आझाद यांना त्यांची स्थिती लक्षात आली. ते ताडकन उतरले, 'किशनलाल.'

अशा प्रकारे त्यांनी परिस्थिती बिघडण्यापासून सावरली.

- राजगुरू जरा रंगिल्या स्वभावाचे व्यक्ती होते. एकदा त्यांना एक सुंदर कॅलेंडर मिळाले. त्यावर एका सुंदर स्त्रीचे छायाचित्र होते. त्यांनी ते कॅलेंडर पक्षाच्या कारखान्याच्या भिंतीवर टांगले. आझाद यांनी ते पाहताच त्याचे तुकडे तुकडे करून फाडून फेकून दिले. थोड्या वेळानंतर राजगुरू यांनी चित्राची झालेली अवस्था पाहिल्यावर ते तुकडे उचलले आणि आझाद यांना विचारले,

"हे कोणी केले?"

"मी केले." आझाद म्हणाले.

"तुम्ही हे सुंदर चित्र का फाडून टाकले?"

"कारण ते सुंदर होते."

"मग याचा अर्थ असा झाला की जे काही सुंदर आहे ते तुम्ही नष्ट करणार आहात?"

"होय, तसेच करील."

यावेळी आझाद रागात होते. रागाच्या भरात आपण काय बोलून गेलो ते व्यक्तीला कळत नाही. असेच काहीसे आझाद यांच्या बाबतीत झाले. थोड्या वेळात त्यांचा राग शांत झाला. एका तासानंतर त्यांना दिसले की राजगुरू काही तरी सांगत

आहेत, "आपण लोक हे जग अधिक सुंदर करण्यासाठी निघालो आहोत. इथे तर सर्व सौंदर्यच नष्ट केले जात आहे. हा विचित्र खेळ आहे."

हे ऐकल्यावर आझाद यांचा उरला सुरला रागही गेला. त्यांना स्वतःबद्दल तिरस्कार वाटू लागला. तेव्हा राजगुरूंची समजूत घालण्याच्या उद्देशाने ते म्हणाले,

"हे बघा, माझ्या म्हणण्याचा उद्देश काही असा नव्हता की मी ताजमहाल तोडून टाकील. माझा अर्थ इतकाच होता की आपण ब्रह्मचर्याची प्रतिज्ञा केली आहे आणि आपले ध्येय फक्त तेच असायला हवे. मला नाही वाटकत की सौंदर्यामुळे आपण चुकीच्या मार्गाकडे जावे."

- पक्षाच्या सर्व पैशांचा हिशोब आझाद ठेवीत असत. कारण त्यातून एक पैशाचाही अपव्यय होऊ नये. सॅण्डर्स हत्याकांडाच्या काही दिवस आधी पक्षाचे काही सदस्य लाहोरमध्ये होते. पैसे कमी असल्यामुळे आझाद या काळात पक्षातील प्रत्येक सदस्याला आझाद जेवणासाठी फक्त चार आणे देत असत. भागतसिंग यांनाही चार आणे दिले होते, पण त्या पैशांचा वापर करून पिक्चर पाहिला. तिथून परत आल्यावर आझाद यांना तसे सांगून टाकले. त्यावर आझाद यांनी त्यांना खूप दटावले. त्यांचे असे म्हणणे होते की अशा प्रकारचे दुर्व्यसन क्रांतिकारकांसाठी हानिकारक आहे. पक्षातील कोणत्याही सदस्याला अशा प्रकारचे कार्य करण्याची परवानगी दिली जाऊ शकत नाही. तेव्हा भगतसिंग यांनी सांगितले की तो पिक्चर अमेरिकेच्या स्वातंत्र्य संग्रामावर आधारित होता. त्यानंतर आझाद यांनी त्यांनी आणखी चार आणे दिले आणि आधी जेवण करून घ्यायला सांगितले.

- एकदा आझाद चांदनी चौकामध्ये एका चर्चजवळून कुठे तरी जात होते. वाटेत त्यांना काही मुलींनी अडविले. त्या त्यांना म्हणाल्या, "एक तर बांगड्या भरून घरात बसा नाही तर देशाची सेवा करा. "

आझाद यांनी आपला हात पुढे केला आणि म्हणाले, "माझ्याच्याने काही देशसेवा होणार नाही. तुमची तशी इच्छाच असेल तर मला बांगड्या भरा. मग सर्व मुलींनी त्यांना बांगड्या भरण्यासाठी एकेकदा प्रयत्न केला, पण कोणीही त्यांना बांगडी भरू शकल्या नाहीत. तेव्हा त्या हारून म्हणाल्या, "यापेक्षा मोठी बांगडी बाजारात नाही. जा, देशाची सेवा करा."

हासत हासत आझाद पुढे निघाले. त्या मुली पाहतच राहिल्या. तो पुरूष

चंद्रशेखरआझाद आहे, हे कुठे त्यांना माहीत होते?

- असेम्बलीमध्ये बॉम्बस्फोट करण्याची योजना आखली होती. या कामासाठी भागतसिंग आणि बटुकेश्वर दत्त यांची निवड करण्यात आली होती. या दोघांशिवाय जयदेव आणि शिव वर्मा यांच्याशिवाय पक्षातील सर्व सदस्यांना निरोप देण्यात आला होता की, त्या सर्वांनी दिल्लीच्या बाहेर जावे. आझाद झांशीला जाणार होते, त्यामुळे त्यांना स्टेशनपर्यंत सोडण्यासाठी शिव वर्मा त्यांच्यासोबत आले होते. वाटेत ते शिव वर्माला म्हणाले, "प्रभात, आता थोड्याच दिवसात हे दोघे (भगतसिंग आणि दत्त) देशाची संपत्ती होतील. तोपर्यंत त्यांना पाहुणे समजून त्यांची सरबराई करावी."

(लक्षात ठेवण्यासारखी गोष्ट अशी श्री शिव वर्मा यांचे नाव प्रभात होते.)

- १९२१ मध्ये जेव्हा त्यांचे वय अवघे १५ वर्षांचे होते तेव्हा त्यांना पहिल्यांदा पंधरा वेतांची शिक्षा मिळाली होती. बेत मारल्यानंतर त्यांचे सर्व शरीर रक्तबंबाळ झाले होते. तेव्हा तुरुंगाच्या नियमानुसार त्यांना तीन आणे देण्यात आले. त्यांनी ते पैसे जेलर गण्डासिंह यांच्या तोंडावर फेकले आणि तिथून निघून गेले.
- आझाद जन्मापासून शुद्ध शाकाहारी होते. ते शिकार करीत असत, पण मांसाहार करीत नसत. नंतर भगतसिंग यांच्या प्रभावाखाली आल्यावर त्यांनी अंडी खायला सुरूवात केली. या विषयी श्री भगवानदास यांनी त्यांच्या जीवनातील एका घटनेचा उल्लेख करीत लिहिले आहे,

  "खाण्या पिण्याच्या बाबतीत आझाद आपल्या वैयक्तिक संस्कारामुळे पूर्ण शाकाहारी ब्राह्मण होते. त्यांचे स्पृश- अस्पृश्यतेचे भूत तर पंडित रामप्रसाद बिस्मिल यांच्या अध्यक्षतेखाली काम करीत असतानाच पळून गेले होते. एचएसआरएचे नेते म्हणून ते मांस वगैरे खाण्याच्या विरुद्धात विशेष तर्क करीत नसत, पण त्यांना स्वतःला मांसाहार आवडत नसे. राजेसाहेब खानियाधाना यांच्यासोबत मी शिकारीला जात असे, आणि उघडपणे मांसाहार करीत असे. यामुळे ते माझ्यावर काहीसे नाराजही झाले होते. भगतसिंग त्यांना क्षत्रिय आणि क्षत्रियांसाठी मांसाहार करण्याचे फायदे, उपयुक्तता, आणि नीतीमत्ता यावर व्याख्यान देऊन चिडवित असत. सॅण्डर्स हत्येच्या वेळी आझाद यांनी मला लाहोरला बोलावले तेव्हा मला

हे पाहून आश्चर्य वाटले की आझाद यांच्यावर भगतसिंगांची जादू चालली होती. 'पंडितजी, हे काय?' असे मी विचारल्यावर ते म्हणाले, 'अंडी खाण्यात काही गैर नाही. शास्त्रज्ञांनी त्याला फळासारखेच सांगितले आहे.' हा तर्क भगतसिंग यांचाच होता. जे आझाद पुन्हा पुन्हा सांगत होते. मी अतिशय सूचकपणे म्हणालो, 'बरोबर ठीक आहे, पंडितजी. अंडे जरफळ असेल तर कोंबडी झाडाशिवाय दुसरे काय असणार आहे? मी त्याला कसे काय सोडील?' भगतसिंग मोकळेपणाने हासले, "वास्तविक पाहता, कैलास, तू एक चांगला तर्कशास्त्री होऊ शकतोस. बघा, पंडितजी." आझाद मध्येच चिडून म्हणाले, "चल बे, एक तर मला अंडी चारली आहेस आणि वरून पुन्हा गप्पा मारतो आहेस."

- एकदा भगतसिंग आझाद यांना म्हणाले, "पंडितजी, तुम्ही आम्हाला तुमची जन्मभूमी आणि नातेवाईकांबद्दल काही सांगा. म्हणजे काही बरे वाईट घडले तर आम्ही त्यांना मदत करू शकूत. तसेच देशवाशीयांनाही हे सांगता येईल की या हुतात्म्याचा जन्म कुठे झाला होता?"

यावर आझाद थोडी नाराजी व्यक्त करीत म्हणाले, "तुमचा संबंध माझ्याशी आहे की माझ्या नातेवाईकांशी आहे? माझे जन्मस्थळ आणि माझे आई वडिल यांच्याविषयी विचारण्याची काय आवश्यकता आहे? माझ्या घरातील लोकांना कोणाचीही मदत नको आहे. तसेच माझे चरित्र लिहिले जावे असे काही मला वाटत नाही. तुम्हीच अशा प्रकारे बोलत असाल तर गोपनियता बाळगण्याच्या आपल्या शपथेचे काय होईल?"

- अशफाकउल्लांच्या भावांचे संस्मरण त्यांच्यात शब्दात, "मी अशफाकउल्लांना फाशी घरामध्ये भेटलो. अशफाकउल्लाने मला असे विचारले की खटला चालविण्यासाठी काही पैशांची आवश्यकता आहे का? त्यावर मी त्याला म्हणालो की तू कैदी आहेस. तू काय करू शकशील? पण अशफाक म्हणाला, मी तुम्हाला पैसे पाठवू शकतो."

मी शहाजहाँपूरला परत आलो. त्यानंतर एक आठवड्याने मी जेवण करीत असताना कोणी तरी मला भेटण्यासाठी आले होते. एक तरूण उभा असल्याचे मी पाहिले. मी विचारले, 'काय प्रकरण आहे?'

तो तरूण म्हणाला, 'अशफाकने तुम्हाला काही पैसे पाठविले आहेत.'

असे म्हणून त्याने मला पैशांची थैली दिली. मी विचारले, 'तुमचे नाव काय

आहे?' त्यावर तो म्हणाला, "मी तुम्हाला सर्व काही सांगतो, पण आधी मला एक माचीस द्या. मी सकाळपासून बिडी ओढली नाही."

मी ती थैली घेतली आणि आईकडे सोपविली. त्यांना विचारून माचीस घेऊन त्या तरुणाला भेटण्यासाठी बाहेर आलो. तो कुठेही नव्हता. त्या थैल्यामध्ये २०० रुपये होते. एक आठवड्यानंतर मी अशफाककडे गेलो. मी त्याला सर्व घटना सांगितली. आशफाक हासून म्हणाला, "ते चंद्रशेखर आझाद होते. त्यांच्या डोक्यावर बक्षिस आहे, त्यामुळे ते सावधगिरी बाळगतात."

- अशफाकला फाशी देण्यात आल्यानंतर त्यांचे भाऊ त्यांचे पार्थिव मालगाडीतून आणीत होते. बालामाऊ स्टेशनवर सूट घातलेली एक व्यक्ती गाडीमध्ये चढली आणि त्याने अशफाकचा चेहरा पाहण्याची इच्छा व्यक्त केली. अशफाकच्या भावाने पार्थिवाचा चेहरा उघडा केला. सूट घातलेल्या व्यक्तीने पार्थिवाला तीन वेळा सलामी दिली. कंदिलाच्या उजेडात पार्थिवाचा चेहरा पाहिल्यावर त्या व्यक्तीच्या डोळयातून आसवे वाहत होती. मग त्याने पार्थिवाचा चेहरा झाकून टाकायला सांगितले. अशफाकच्या भावाने त्या व्यक्तीला त्याचे नाव विचारले. त्यावर त्या व्यक्तीने त्यांच्याकडून तो कंदिल घेतला आणि म्हणाला, 'मी आता येतो.' त्यानंतर ती व्यक्ती काही परतली नाही. तेव्हा अशफाक यांच्या भावाने ओळखले की ती व्यक्ती आझाद होती.
- आपल्या जोडिदारीणीची कल्पना करताना ते कधी कधी म्हणत असत,

'प्रत्येक डोंगर फिरत आहे. एक रायफल तिच्या खांद्यावर असावी. एक रायफल माझ्या खांद्यावर असावी. काडतुसांचे पोते सोबत असावे. शत्रूने वेढा घालावा. तिने रायफल भरत जावी आणि दणादण गोळया मारीत जावे.'

- असे म्हणतात की एकदा भगतसिंग आणि आझाद आपसात हास्य विनोद करीत होते. दोघांपैकी आधी कोण मरेल, हा त्यांच्या बोलण्याचा विषय होता. आझाद भगतसिंगांना म्हणाले की, तू एखाद्या चित्रपटगृहात चित्रपट पाहत असताना पकडला जाशील आणि अवेळी मारला जाशील. त्याच्या उत्तरादाखल भगतसिंग आझादाना म्हणाले की, तुला मारणेही पोलिसांना शक्य होणार

नाही. कारण इतकी मोठी मान फासावर लटकविण्यासाठी पोलिसांना दोरीच मिळणार नाही. शिवाय एका दोरीने काम भागणार नाही. दोन दोरखंडांची आवश्यकता पडेल. एक गळ्यासाठी आणि दुसरा पोटासाठी. त्यावर आझाद आपल्या पिस्तुलावर हात ठेवून म्हणाले, हे असताना कोणत्या मातेचा लाल मला अटक करू शकेल."

- एकदा काही लोकांनी त्यांना असा सल्ला दिला की क्रांतिकारी पक्ष विखुरला आहे. त्यामुळे त्यांनी पळून रशियाला जायला हवे. कारण पकडले गेल्यावर त्यांना फाशी ठरलेली होती. हे ऐकल्यावर आझाद म्हणाले होते, "रशिया -फिशियाबद्दल माझ्याशी बोलू नका. माझे शरीर भारतातील मातीपासून तयार झाले आहे आणि भारताच्या स्वातंत्र्यासाठी शत्रूशी लढता लढता याच धरणीवर मृत्यू स्वीकारून येथील मातीत मिसळून जाईल."
- एकदा आझाद आपले सोबती भगतसिंग, रामचंद्र, मास्टर छैलबिहारीलाल, विश्वंभर दयाल इ. सोबत लॅंसडाऊनला गेले होते. डोंगरावर त्यांना नेमबाजीचे प्रशिक्षण दिले जात होते. इतक्यात सोबत्यांनी त्यांचा (आझाद) नेम पाहण्याची इच्छा व्यक्त केली. कारण त्यांचा नेम अचूक होता. आझाद यांनी त्यांची इच्छा मान्य केली. आझाद यांनी नेम धरला आणि पाच गोळ्या चालविल्या, पण त्याचा काहीच पत्ता चालला नाही. सोबत्यांची निराशा झाली. त्यांना असे वाटले की आझाद यांचा नेम चुकला. शेवटी ते पान तोडण्यात आले ज्यावर पाच गोळ्यांची पाच वेगवेगळी छिद्रे होती. हे पाहून त्यांचे सोबती त्यांचे कौतुक केल्याशिवाय राहिले नाहीत.

प्रकरण दहावे

व्यक्तिमत्त्व आणि विचार

भारतीय इतिहासामध्ये चंद्रशेखर आझाद एक अविस्मरणीय, अद्वितीय आणि अदभूत व्यक्ती होते. एका अतिशय सामान्य, ज्याला दरिद्री म्हटले जाऊ शकते अशा कुटुंबात जन्माला येऊन त्यांनी भारतीय स्वातंत्र्याच्या इतिहासात जी भूमिका बजावली ती आपल्या जागी सर्वात अनोखी आहे. त्यांची कौटुंबिक पार्श्वभूमी आणि त्यांचे कार्य पाहता कोणीही व्यक्ती सहजपणे असे करण्यासाठी विवश होतो की आझाद यांच्यासारख्या अभिमानास्पद व्यक्ती अभावानेच जन्माला येतात. जे स्वतः एक आदर्श होऊन आगामी पिढ्यांसाठी एक संदेश देतात की व्यक्तीची आर्थिक स्थिती किंवा त्याची कौटुंबिक पार्श्वभूमी सामान्यापेक्षा खालची असली तरीही त्या व्यक्तीमध्ये जर योग्यता असेल तर तो स्वतः आपले स्थान निर्माण करतो. अशा व्यक्तीचे आपले असे एक महत्त्व असते, त्यासाठी त्याला धन-संपत्ती, कुटुंब- काबिला, शिक्षण, किंवा वयाची काही आवश्यकता असत नाही.

तसं चंद्रशेखर आझाद यांनी आपल्या विचारांची अभिव्यक्ती करण्यासाठी एखादे पुस्तक लिहिले नाही की त्यांनी काही दीर्घ भाषणे केली नाहीत. तरीही त्यांच्या क्रांतिकारी जीवनातील कार्यातून त्यांचे व्यक्तिमत्त्व आणि विचार सुस्पष्टपणे व्यक्त होतात. त्यांच्या जीवनातील या कार्यातून त्यांच्या खालील गुणांचा परिचय होतो.

एक स्वनिर्मित व्यक्तिमत्त्व

चंद्रशेखर आझाद यांचा जन्म अतिशय गरीब कुटुंबात झाला होता. त्यांच्या

वडिलांची आर्थिक स्थिती इतकी दयनीय होती की ते आपल्या मुलाला शिक्षण घेण्यासाठी एखाद्या शाळेतही पाठवू शकत नव्हते. पक्षाच्या संदर्भात त्यांच्या याच गरीब कौटुंबिक स्थितीचे वर्णन करताना श्री भगवानदास वर्मा लिहितात,

'आझाद यांचे सोबती म्हणजे त्यांच्या नेतृत्त्वाखाली काम करणाऱ्यांमध्ये कदाचित दुसऱ्या एखाद्यालाच चंद्रशेखर आझाद यांच्यापेक्षा कमी शिक्षण मिळालेले असावे. दुसरा कोणी एखादाच कदाचित त्यांच्यापेक्षा गरीब परिस्थितीत जन्माला आलेला असावा. त्यांच्यासोबत त्यांचे वडील, भाऊ किंवा दुसरे कोणी नातेवाईकांवर देशभक्ती, त्याग, तपश्चर्या, वीरता, तसेच इतर कोणत्याही मोठेपणाची सावलीही पडली नव्हती."

याच विषयी श्री मन्मथनाथ गुप्ता लिहितात,

"त्यांचे वडील पंडित सीताराम अतिशय जुजबी स्वरूपाची नोकरी करीत होते. त्यामुळे त्यांनी इंग्रजी पद्धतीचे शिक्षण घेण्याचा प्रश्नच नव्हता. आझाद यांना संस्कृत शिकण्यासाठी काशीला पाठविण्यात आले. ब्राह्मण विद्यार्थी होते त्यामुळे खाण्या-पिण्याची आणि राहण्याची साधारण व्यवस्था झाली होती. काशीमध्ये धार्मिक लोकांच्या वतीने संस्कृत विद्यार्थ्यांसाठी छात्र निवास आणि क्षेत्र उघडण्यात आले होते. कधी कधी तांबे, चादरी अशा वस्तूही वाटल्या जात असत. कधी कधी काही दक्षिणाही मिळत असे.

या विद्वानांच्या वरील रांगेमध्ये आझाद यांचे कुटुंबिय आणि ती परिस्थिती ज्यांचा सामना त्यांना आपल्या लहानपणी तसेच शिक्षण घेत असताना करावा लागला, याची स्पष्टपणे माहिती होते. अर्थात आझाद यांनी नंतर हे दाखवून दिले की अशा प्रकारचे शालेय शिक्षण हेच काही सर्वस्व असत नाही. व्यक्तीची कौटुंबिक स्थिती कितीही हालाखीची असली, त्याला हव्या त्या प्रकारचे शिक्षण मिळाले नसले तरीही त्यामुळे त्याच्याकडे जन्मजात असलेली योग्यता काही लपून राहत नाही. हे सर्व नसले तरीही व्यक्ती आपल्या योग्यतेच्या बळावर प्रगतीच्या परमोच्च शिखरावर पोहचू शकते. एक आदर्श निर्माण करू शकते. ज्याच्या समोर खूप मोठे मोठे श्रीमंत आणि सुशिक्षितांना नतमस्तक व्हावे लागते. याच तथ्याकडे संकेत करीत श्री मन्मथनाथ गुप्त यांनी आझाद यांच्याविषयी लिहिले आहे,

"चंद्रशेखर आझाद नक्कीच कमी शिकलेले होते, पण ते फक्त शाळा आणि महाविद्यालयाच्या दृष्टीने. त्यांच्यामध्ये वाचलेल्या पुस्तकातील सार ग्रहण करण्याची

खूप मोठी क्षमता होती. याशिवाय ते सुरूवातीपासून नेहमीसाठी अशा प्रकारच्या शिक्षित क्रांतिकारकांच्या सोबत राहिले की, जे खूप मोठे विद्वान असण्याबरोबरच दिवसभर सिद्धांतिक चर्चा करीत असत."

स्पष्ट आहे की आझाद यांना सुशिक्षित क्रांतिकारकांची सोबत मिळाली होती. याशिवाय व्यवहारिक ज्ञानासाठी कोणत्याही प्रकारचे शिक्षण अनिवार्य असत नाही. जगाचा इतिहास या गोष्टीचा साक्षी आहे की, जगातील अनेक महापुरूष अशिक्षित होते. वास्तविक पाहता आझाद यांच्या व्यवहारिक ज्ञानामुळे पक्षातील बहुतेक सर्व सदस्य प्रभावित होते. त्यामुळे नवीन क्रांतिकारी पक्ष 'हिंदुस्थान समाजवादी गणतांत्रिक सेना' चे संघटन करीत असताना आझाद यांना त्याचा प्रधान सेनापती करण्यात आले होते.

व्यवहारिक ज्ञानाची कुशलता आणि शिक्षण घेणे या दोन वेगवेगळया बाबी आहेत. सुशिक्षित व्यक्ती व्यवहारिक ज्ञानाने परिपूर्ण असेलच असे असत नाही. व्यवहारिक चतुराई,धाडस, देशभक्तीची भावना, नैतिकता इ. सदगुण व्यक्तीला जन्मजात मिळत असतात. आझाद यांचे व्यक्तिमत्त्व या गुणांनी परिपूर्ण होते. त्यांच्या याच गुणांचे वर्णन करताना श्री भगवानदास लिहितात, "त्यांनी नेत्याचे पद पुस्तकी ज्ञान, व्यवहारिक चतुराई, अदम्य साहस आणि आपल्या सोबत्यांच्या सुख सुविधांची सर्वोपरी चिंता तसेच कठीण काळात कुशल नेतृत्त्व करून मिळविले होते."

हाच विषय आणखी स्पष्ट करताना श्री मन्मथनाथ गुप्त लिहितात,

"बौद्धिक तर्कावरूनच व्यक्तीची ओळख पटत असते, असे म्हणणे चूक आहे. इथर गोष्टींचाही परिणाम होत असतो. एखाद्या व्यक्तीची पार्श्वभूमी ज्याला आध्यात्मिक लोक त्यापासून निघालेली ज्योती म्हणतात, त्याचा प्रामाणिकपणा, त्याचा विश्वास अशा सर्व गोष्टींवर परिणाम होतो. उदाहरणार्थ अनेक वेळा बुद्धीवर म्हणजे समजून घेण्याच्या प्रक्रियेवर सौंदर्य, रुप, रस, गंध, शब्द आणि स्पर्श याचा खूप मोठा परिणाम होत असतो."

आपल्या याच व्यवहारिक ज्ञानामुळे ते सुशिक्षित क्रांतिकारकांमध्ये नेते होऊ शकले. भगतसिंग यांच्यासारखे सुशिक्षित विद्वानही त्यांच्या व्यक्तिमत्त्वासमोर श्रद्धेने वाकत असत. आझाद वास्तविक पाहता गोधडीतला हीरा होते, ज्यांनी आपल्या

तेजाने जगाला एक नवीन प्रकाश दाखविला.

चारित्र्य-शक्तीचे प्रतिक

आझाद एक सच्चे देशभक्त होते. त्यांच्यासाठी मातृभूमीचे स्वातंत्र्य हेच एकमेव ध्येय होते. आपले हे ध्येय साध्य करण्यासाठी त्यांनी जीवनातील सर्व सुखांचा आणि भोगांचा त्याग केला होता. ते संस्कृतचे विद्यार्थी होते त्यामुळे परिणामी त्यांनी गीतेचाही अभ्यास केला होता. त्यामुळे कदाचित त्यांनी गीतेपासून ही शिकवण घेतली असावी की, 'विषय वासनांवर लक्ष दिल्यामुळे आसक्ती, आसक्तीपासून काम, कामापासून क्रोध, क्रोधापासून अज्ञान, अज्ञानातून स्मृतीभ्रंश, स्मृतिभ्रंशाने बुद्धी भेद, आणि बुद्धी नाशाने सर्वात्मन पतन नक्कीच होत असते.' म्हणजेच कोणतेही ध्येय साध्य करण्यासाठी विषय वासनेपासून दूर राहणे नितांत आवश्यक असते. म्हणूनच आझाद यांच्या जीवनामध्ये एका कौतुकास्पद चारित्र्य शक्तीचे दर्शन होते. त्यांचे चारित्र्य एक आदर्श आहे. ते प्रत्येक स्त्रीमध्ये आपली माता बघत असत. या विषयी त्यांच्या पक्षातील इतर काही सदस्यांची मते त्यांच्यापेक्षा निराळी होती. काही सोबत प्रेमाच्या जाळ्यात अडकून पक्षाचे नुकसान करून बसले होते. त्यामुळे आझाद आपल्या सहकाऱ्यांना यापासून दूर राहण्याचाच सल्ला देत असत. त्यांच्या याच आदर्श चारित्र्याविषयी श्री वीरेंद्र यांनी लिहिले आहे,

'चंद्रशेखर आझाद यांच्या जीवनातील सर्वात उजळ बाजू म्हणजे महिलांसोबतचे त्यांचे वागणे. ते नेहमी त्यांच्यापासून दूर राहत असत. त्यांचे शरीर खूप सुंदर होते. सतत अनेक वर्षे परिश्रम आणि व्यायाम करून त्यांनी ते कमावले होते. त्यामुळे एक-दोन वेळा अशाही काही घटना घडल्या की, तरुण स्त्रीयांनी त्यांना आपल्या मोहात अडकविण्याचा प्रयत्न केला. आझाद मात्र नेहमी असेच म्हणत असत की, एक क्रांतिकारक एकाच वेळी दोन गोष्टींवर प्रेम करू शकत नाही. त्याने एक तर आपल्या देशांवर प्रेम करावे किंवा एखाद्या तरुणीवर. देशावर प्रेम करायचे असेल तर त्यासाठी सर्व काही बलिदान करावे लागेल. त्यामध्ये दुसऱ्या कोणावरही प्रेम करायला जराशीही जागा शिल्लक राहत नाही. आझाद यांचे अनेक सोबत स्त्रीच्या प्रेमाला

बळी पडले होते. त्यामुळे त्यांच्या पक्षाचेही खूप मोठे नुकसान झाले होते. अशा लोकांना क्षमा करायला आझाद कधीही तयार नसत, जे एखाद्या स्त्रीमुळे आपल्या पार्टीचे नुकसान करीत असत. आपल्या अशाच एका सोबत्याला तर ते एकदा गोळीने उडवून टाकण्यासाठी निघाले होते. ते आपल्या कोणत्याही सोबत्याचे अशा प्रकारचे नैतिक दुबळेपण सहन करायला कधीही तयार नव्हते."

नैतिक दुबळेपणा माणसाला आपल्या कर्तव्यापासून विन्मुख करतो. त्यांच्या पार्टीचे कर्तव्य हे काही वैयक्तिक स्वार्थी कर्तव्य नव्हते. खरं तर त्याच्या समोर संपूर्ण देशाच्या भवितव्याचा प्रश्न उभा होता. त्यामुळे अशा महत्त्वपूर्ण कर्तव्यासाठी व्यसनांचा त्याग करणे आवश्यक होते. या सर्व गोष्टी समोर ठेवता आझाद यांचे अशा प्रकारे कठोर वागणे आवश्यक होते. शिस्त कायम ठेवण्यासाठी पार्टीच्या नेत्याचे चारित्र्य उत्तम प्रकारचे असणे आवश्यक होते. तरच तो इतरांकडून चांगल्या चारित्र्याची अपेक्षा ठेवू शकतो आणि पार्टीच्या शिस्तीसाठी अशा प्रकारे कठोरपणे वागू शकतो. याच्या आधी एका घटनेचा उल्लेख करण्यात आला आहे. जेव्हा ते ठाकूरमलखान सिंह यांच्या घरी रात्री झोपले होते तेव्हा त्यांच्या बहिणीची एक मैत्रिण त्यांच्या आंथरुणावर येऊन बसली. वास्तविक पाहता असे क्षणच व्यक्तीच्या चारित्र्याच्या कसोटीचे क्षण असतात. अशा परिस्थितीमध्ये ते आपल्या तारूण्याच्या शिखरावर होते. आपल्या वागण्यावर नियंत्रण ठेवणे ही काही प्रत्येकाच्या कह्यात असणारी बाब असत नाही. अशा प्रकारचा अदभूत आत्मसंयम फक्त आझाद यांच्यासारख्या व्यक्तीच दाखवू शकतात.

भारतीय संस्कृतीचे वैशिष्ट्येच हे आहे की इथे स्त्रीकडे आदरयुक्त दृष्टीने पाहण्याची शिकवण दिली जाते. आझाद यांच्यावर आपल्या संस्कृतीचा पूर्ण प्रभाव होता. त्यामुळे ते चारित्र्याच्या उदारतेने प्रत्येक स्त्रीला आदरास पात्र समजत असत. एका प्रसंगात त्यांच्या दरोड्याच्या उल्लेख मागील प्रकरणामध्ये झाला आहे. या दरोड्याच्या वेळी त्यांनी आपल्याच एक सहकाऱ्याला गोळी घातली होती. कारण ज्या ठिकाणी दरोडा घातला जात होता, त्याच घरातील एक तरुणीसोबत दुर्व्यवहार करीत होता.

क्रांतिकारकांचे ध्येय मातृभूमीला पराधिनतेच्या बेड्यातून मुक्त करणे होते, ते काही दहशतवादी नव्हते. त्यामुळे पार्टीतील सदस्यांचे वागणे क्रांतिकारकांच्या तत्त्वांच्या विरूद्ध होते. अशा प्रकारचे दुराचरण आझाद कधीही सहन करू शकत नव्हते. त्या वेळच्या परिस्थितीमध्ये फक्त मातृभूमीचे स्वातंत्र्य हेच एकमेव ध्येय होते, त्यामुळे

पार्टीतील सदस्यांना अशा प्रकारच्या नैतिक अध:पतनापासून वाचविणे हे पार्टीच्या नेत्याचे सर्वात महत्त्वाचे कर्तव्य होते. अडचणीच्या आणि संकटाच्या वेळी सुरक्षेचे नियम अधिकच कठोर होत असतात. त्यामुळे आझाद या प्रकरणी पार्टीतील सदस्यांना अजिबात सूट देत नसत. अशा वेळी सर्वांनी फक्त पार्टीच्या कामाकडेच लक्ष द्यायला हवे. हेच त्यांना अपेक्षित होते. त्यांची अशी काहीही इच्छा नव्हती की पार्टीतील एखाद्या सदस्याने स्त्री प्रेमावर चर्चा करावी. अशा प्रकारची चर्चा होऊ लागल्यावर ते बहुतेक वेळा म्हणत असत, 'पुन्हा तिच चुंबकाची गोष्ट. ज्याला लागले तो बुडाला.'

फक्त स्त्री विषयकच नाही तर ते युवकांना प्रत्येक वाईट गोष्टींपासून दूर ठेवीत असत. ते नेहमी म्हणत असत की, ''क्रांतिकारकांनी स्त्री, मद्य आणि सिगारेट या तीन गोष्टींपासून दूर रहायला हवे. या तिन्ही वस्तू कोणत्याही क्षणी त्यांचा बेडा पार करू शकतात.'

याचा असा अजिबात अर्थ नाही की ते स्त्रीचा तिरस्कार करीत असत. ते स्त्रीला नेहमी आदरयुक्त आणि सन्मानायुक्त स्थान देत असत. अशीच अपेक्षा ते पार्टीतील इतर सदस्यांकडूनही ठेवीत असत. पण त्याच बरोबर भावनांच्या भरात तरुणांनी आपले कर्तव्य विसरून जातात, म्हणून ते त्याच्या पूर्णपणे विरुद्ध होते."

परंपरा आणि प्रगतीचा समन्वय

त्यांचा जन्म एका ब्राह्मण कुटुंबात झाला होता. जो पारंपरिक रुढीं-पंरपरांपासून मुक्त नव्हता. तसेही त्यावेळच्या समाजामध्ये आजच्या तुलनेत खूपअधिक रुढी परंपरा होत्या. जात-पात, स्पृश्य-अस्पृश्यता, खाणे-पिणे इ. पारंपरिक रुढींचा आझाद यांच्या सुरूवातीच्या जीवनावर स्वाभाविक प्रभाव होता. त्याशिवाय ते संस्कृतचे विद्यार्थी होते. त्यामुळे त्या वातावरणाचाही त्यांच्यावर प्रभाव होता.

अशा प्रकारच्या वातावरणामध्ये जन्म घेऊन आणि शिक्षण मिळविल्यावर जर त्यांच्या सुरूवातीच्या जीवनामध्ये समाजातील या कुरीतींचा प्रभाव राहिला असेल, तर त्यामध्ये आश्चर्य वाटण्यासारखे काही नाही. आपल्या वातावरणापासून मुक्त रहणे एखाद्या मुलासाठी बहुतेक करून अशक्यप्राय असते. हिंदु समाजामध्ये स्पृश्य-अस्पृश्यतेसारख्या कुप्रथांचे प्रस्थ होते तसेच त्याचे काही उज्ज्वल बाजूही आहेत.

त्यामुळे आझाद यांनी या कुप्रथा फक्त स्वीकारल्याच होत्या असे नाही, तर त्याची ही महान उदात्त बाजू घेऊन ते पुढे निघाले होते. खरी गोष्ट अशी आहे की नंतर आपल्या क्रांतिकारी जीवनामध्ये या वाईट गोष्टींना त्यांनी आपल्या जीवनात काहीही स्थान दिले नाही. तसेच चांगल्या गोष्टींना मात्र कधी स्वतःपासून दूर होऊ दिले नाही.

आपल्या सुरूवातीच्या क्रांतिकारी जीवनामध्ये त्यांना पंडित रामप्रसाद बिस्मिल्ल यांच्यासारख्या क्रांतिकारकांचा सहकारी होण्याचे सुदैव लाभले. त्याच्या आधी आझाद एक कट्टर ब्राह्मण होते पण पंडित बिस्मिल्ल आर्यपंथी होते. त्यांच्यामध्ये आर्य समाजाची धार्मिक-सामाजिक उदारता ठासूनं भरलेली होती. परिणामी आझादही त्यांच्यामुळे प्रभावित झाले आणि स्पृश्य-अश्पृश्यता यासारख्या संकुचित गोष्टी त्यांच्या आयुष्यातून हद्दपार झाल्या. या भावनांचा खोटेपणा त्यांना कळला होता.

त्यानंतर ते अमर शहीद भगतसिंग यांच्या संपर्कात आले. जे कार्ल मार्क्सचे तत्त्वज्ञान आणि रशियातील महान क्रांती यामुळे प्रभावित झाले होते तसेच याच तत्त्वज्ञानाच्या संपर्कात आल्यावर त्यांनी 'हिंदुस्थान समाजवादी गणतांत्रिक सेना' स्थापन केली होती. तिचे अध्यक्ष झाले होते. या सर्वांच्या प्रभावामुळे त्यांच्या विचारात परिवर्तन आले. तेही कार्ल मार्क्सच्या समाजवादी तत्त्वज्ञानामुळे प्रभावित झाल्याशिवाय राहिले नाहीत.

अशा प्रकारे एक कट्टर ब्राह्मण असलेले चंद्रशेखर तिवारी आधी उदार आर्य समाजी आणि नंतर एक प्रगतीशील विचारांचे समाजवादी झाले, पण इथे विशेष लक्षात घेण्यासारखी बाब अशी आहे की, आपल्या धर्माची प्रंशसनीय बाजूचा त्यांनी कधीही त्याग केला नाही. खरं तर सुरुवातीला स्त्रीयांविषयी त्यांचा दृष्टिकोन थोडासा अनुदार नक्कीच होता, ते पार्टीमध्ये त्यांच्या प्रवेशाच्या विरूद्ध होते, पण जेव्हा क्रांतिकारकांनी विशेषतः भगतसिंग यांच्या संपर्कात आल्यावर त्यांच्या या दृष्टिकोनात परिवर्तन आलले. त्याच बरोबर हेही सत्य आहे की ते सामर्थ्यवान समर्थक होते. आझादमध्ये झालेल्या या परिवर्तनाचा उल्लेख श्री भगवानदास यांनी खालील शब्दात केले आहे,

"आपल्याला ही गोष्ट लक्षात घ्यायला हवी की मध्य भारतातील एक लहानसे संस्थान अलिराजपूरमधील एका गावातील एका कट्टर ब्राह्मणांच्या घरी आझाद

यांचा जन्म झाला होता, त्यामुळे जाती-पाती, स्पृश्य-अस्पृश्यता आणि स्त्रीयांच्या बाबतीत तेराव्या शतकातील विचार असणारा म्हटले तरीही अयोग्य होणार नाही. मग याच वातावरणातून प्रगती करीत करीत ते विसाव्या शतकातील तिसऱ्या दशकामध्ये भारतीय क्रांतिकारकांचे आघाडीचे नेते झाले. दहा-बारा वर्षाच्या वयामध्ये कट्टरपंथी ब्राह्मण म्हणून संस्कृतचा अभ्यास करणारे घरातून पळून काशीला गेले होते. तिथे ते राष्ट्रीय लाटेत रंगले. सत्याग्रह केला. बेताची शिक्षा भोगली आणि क्रांतिकारकांमध्ये सहभागी झाले. अमर शहीद रामप्रसाद बिस्मिल यांच्या नेतृत्त्वाखाली त्यांच्या विचारामध्ये आर्यसमाजीपण आले आणि स्पृश्य-अस्पृश्यता, मूर्तीपूजा हे सर्व बेकार असल्याचे ते समजू लागले. नंतर भगतसिंग वगैरेच्या संपर्कात आल्यावर हळूहळू त्यानी समाजवादोन्मुख धर्म निरपेक्ष दृष्टिकोन स्वीकारला आणि भारतीय समाजवादी प्रजातंत्र सेनेचे सेनापती झाले. एका कट्टरपंथी ब्राह्मण मुलाचे आघाडीच्या क्रांतिकारी प्रगतीशील तरुण नेत्यामध्ये रुंपातंर होत असताना विकासाच्या अनेक पातळ्या आझाद यांनी खूप कमी काळात पार केल्या. स्त्रीयांच्या बाबतीत तर आझाद आपल्या वैयक्तिक जीवनात नेहमीच एक निष्ठावान ब्रह्मचारी राहिले. सुरूवातीला ते पार्टीमध्ये स्त्रीयांना प्रवेश देण्याच्या विरूद्ध होते. यामुळे होते की त्यांच्या आधीच्या नेतृत्त्वाची ती पूर्व परंपरा होती. पण नंतर मात्र स्त्रिया पार्टीमध्ये काम करू लागल्या. चांगल्या प्रकारे करू लागल्या. 'नारी नरकाची खाण' या मनोवृत्तीमुळे स्त्रीला एक सक्रिय क्रांतिकारक, बरोबरीची सहकारी म्हणून स्वीकारण्याच्या दरम्यानच्या सर्व मनोवृत्तीचा सामना आझाद यांना वेळोवेळी करावा लागला असेल हे तर उघडच आहे. शेवटच्या काळात आझाद अतिशय उत्साहाने पार्टीतील सर्व स्त्री सदस्यांना गोळी चालविणे, नेम धरणे इ. शिकवित असत. पार्टीबद्दल सहानुभूती बाळगणाऱ्या घरातील स्त्रियांनाही ते त्यासाठी प्रोत्साहित करीत असत. तसेच क्रांतिकारकांच्या कार्यामध्ये आपल्या पतीला सक्रिय सहकार्य करण्यासाठी त्यांना वारंवार प्रेरित करीत असत. स्त्रीयांशी त्यांचे वागणे अतिशय साधे सोपे आणि आत्मीयतापूर्ण असायचे. हे सर्व असतानाही ते या गोष्टीचे मोठे विरोधक होते की पार्टीतील एखाद्या सदस्याने स्त्रीयांकडे अयोग्य पद्धतीने आकृष्ट व्हावे. कोणत्याही प्रकारचा लैंगिक कमकुवतपणा तर त्यांच्यासाठी असाह्य होता. पण पती- पत्नी दोघांनीही क्रांतिकारक कार्ये करावे यापेक्षा चांगली

गोष्ट त्यांच्यासाठी दुसरी कोणतीही नव्हती.

इतकेच नाही तर भगतसिंग यांच्या प्रगतीशील विचारामुळे प्रभावित होऊन त्यांच्या खाण्या-पिण्यामध्येही बदल झाला होता. पारंपरिक संस्कारामुळे शुद्ध शाकाहारी ब्राह्मण असूनही आता ते अंडी खाऊ लागले होते. या विषयीही श्री मन्मथनाथ यांनी त्यांच्या जीवनातील एका घटनेचा उल्लेख करताना लिहिले आहे,

"ख़ाण्या पिण्याच्या बाबतीतही वैयक्तिक संस्कारामुळे आझाद एक शाकाहारी ब्राह्मण होते. त्यांच्या मनातील स्पृश्य-अस्पृश्यतेचे भूत रामप्रसाद बिस्मिल यांच्या नेतृत्त्वाखाली काम करतानाच उतरले होते. एचएसएआरचे नेता म्हणून ते मांसाहार वगैरे करण्याच्या विरोधात विशेष तर्क करीत नसत, पण तो त्यांना चांगला वाटत नसे. शिकार ते स्वतः खूप चांगल्या प्रकारे करीत असत ,पण मांसाहार मात्र करीत नसत. राजा साहाब खानियाधाना यांच्याकडे असताना मी तर शिकारही करीत असे आणि उघडपणे जोरदार मांसाहारही करीत असे. त्यामुळे ते माझ्यावर काहीसे नाराजही झाले होते. भगतसिंग यांनी त्यांना क्षत्रिय आणि क्षत्रियासारखे काम करणाऱ्यासाठी मांसाहार खाण्याची आवश्यकता, उपयुक्तता आणि नीतिमत्ता यावर भाषण देऊन चिडवित असत. सॅण्डर्स वधाच्या वेळी आझाद यांनी मला लाहोरला बोलावले तेव्हा मला हे पाहून आश्चर्य वाटले की आझाद यांच्यावर भगतसिंगाची जादू चालली होता. पंडितजी आता कच्चे अंडी थेट तोंडात फोडून गिळत होते. मी परेशान होऊन विचारले, 'अंडी खाण्यात काहीही गैर नाही. शास्त्रज्ञांनी त्याला फळासारखेच सांगितले आहे." हा तर्क भगतसिंग यांचाच होता, जो आझाद पुन्हा मांडत होते."

वरील सर्व वृत्तांतावरून हे स्पष्ट होते की स्वाभाविकरित्या आझाद यांच्या विचारांवर आपल्या सोबत्यांच्या विचारांचा प्रभाव पडला होता. सुरुवातीला ते एक कट्टर ब्राह्मण होते, मग आर्य समाजाने ते प्रभावित झाले आणि शेवटी समाजवादाकडे ते आकर्षित झाले. त्यांनी कौटुंबिक वातावरणातून मिळालेल्या रुढींशी काडीमोडड घेतला, जे त्यांच्या सातत्यपूर्ण प्रगतीशीलतेचे लक्षण आहे. पण त्यांची ही प्रगतीशीलता प्रतिकात्मक होती. प्रगतीशीलतेच्या नावाखाली पाश्चात्यांचे अंधानुकरण त्यांनी कधीही केले नाही. चारित्र्य आणि संस्कृतीच्या इतर उज्ज्वल बाजू त्यांनी कधीही स्वतःपासून वेगळ्या होऊ दिल्या नाहीत. त्यांच्या जीवनातील विविध घटना याचे स्पष्ट प्रमाण आहेत. त्यांची ही प्रगतीशीलता उदात्त भारतीय मूल्यांना आपल्या सोबत घेऊन

निघाली होती. अशा प्रकारे ते सामायिक अपेक्षांच्या अनुरूप कल्याणकारी प्रगतीशीलतेचे समर्थक होते. त्यांच्या जीवनामध्ये उदार परंपरा आणि देशहीताच्या अनुरूप प्रगतीशीलतेचा एक अदभूत समन्वय आढळून येतो.

आदर्श नेतृत्त्व

आपले क्रांतिकारी जीवन आझाद यांनी शचींद्रनाथ सान्याल यांच्या नेतृत्त्वाखाली सुरू केले. काकोरी काण्डानंतर हा क्रांतिकारी गट विखुरला गेला. त्यांनी पुन्हा नव्याने क्रांतिकारी गट संघटीत करण्यासाठी प्रयत्न केले. योगायोगाने त्यांना भगतसिंगग, राजागुरू, सुखदेव यांच्यासारखे सहकारी मिळाले. सर्वांनी मिळून 'हिंदुस्थान समाजवादी गणतांत्रिक सेना' स्थापन केली. सर्व सोबती आझाद यांच्या योग्यतेमुळे प्रभावित होते. त्यामुळे त्यांनाच या नवीन पक्षाचे कमांडर इन चिफ करण्यात आले. पक्षाचे नेते म्हणून त्यांच्यावरील जबाबदारी आणखीनच वाढली. या पदाची प्रतिष्ठा आझाद यांनी कायम स्वरूपी सांभाळली.

सर्वात पहिली गोष्ट म्हणजे पक्षाच्या नेत्याला स्वतः शिस्त पाळावी लागते. हेच तथ्य समोर ठेवून आझाद यांनी आपल्या वागण्यात नेहमी शिस्तीला महत्त्व दिले. ज्याच्या माध्यमातून त्यांनी पक्षातील लोकांसमोर एक आदर्श ठेवला. ते पक्षातील बारीक सारीक गोष्टीकडेही अतिशय सावधपणे लक्ष देत असत. कारण याच बारीक सारीक गोष्टींची उपेक्षा केल्यामुळे आगामी काळात भंयकर समस्यांचा सामना केला जाऊ शकतो. ते पक्षाचे नेते होते त्यामुळे पक्षातील सर्व पैसे ते आपल्याकडेच ठेवीत असत. म्हणजे त्याचा अपव्यय होणार नाही, याची ते काळजी घेत असत. तसेही पक्षाकडे नेहमी पैशांची कमतरता असायची. त्यामुळे आझाद एक एक पैसा अतिशय विचारपूर्वक खर्च करीत असत. या बाबतीत श्री वीरेंद्र यांच्या खालील ओळी विशेष उल्लेखनीय आहेत,

"आपल्या खर्चाबाबतही आझाद खूप सचेत असत. त्यांचा दृष्टिकोन असा होता की आपल्याला मिळणाऱ्या प्रत्येक रुपया लोक यामुळे देतात की हे क्रांतिकारी युवक आपला सर्व वेळ देशासाठी देतात. आणि दुसरे कोणतेही काम करू शकत नाहीत. त्यामुळे त्यांची गुजराण करण्यासाठी इकडून तिकडून पैसे मिळत असतात. त्यामुळे त्यांचा कोणत्याही प्रकारे वायफळ खर्च होता कामा नये. आझाद हे पक्षाचे

नेते होते त्यामुळे रुपयेही ते आपल्या जवळच ठेवीत असत. ते स्वतः आपल्या सोबत्यांमध्ये त्याचे वाटप करीत असत. आजची परिस्थिती तर खूप वेगळी आहे. तो एक काळ होता. विशेषतः सॅण्डर्सची लाहोरमध्ये हत्त्या करण्यात आली होती किंवा असेम्बलीमध्ये बॉम्ब फेकण्यात आला होता त्या वेळी आझाद आपल्या प्रत्येक सोबत्याला रोज चार आणे जेवणासाठी देत असत. त्यांचे काही सोबती असेही होते, जसे भगतसिंग त्यांना सिनेमा पाहण्याचा नाद होता. त्यांनी आझादकडे पैसे मागितले असते तर आझाद यांनी त्यांना स्पष्टपणे नकार दिला असता. ते म्हणाले असते, लोक तुम्हाला जे काही देत असतात ते तुम्हाला तुमच्या रक्तातून लोकांना परत करायला हवे. सिनेमा पाहण्याची अय्याशी क्रांतिकारकासाठी योग्य नाही."

एखाद्या नेत्यासाठी अशा प्रकारचा आदर्श पक्षीय शिस्तीसाठी आवश्यक असतो. त्यामुळे ते नेहमी आपल्या मित्रांना आणि सोबत्यांना सुरा, सुंदरी आणि सिगारेटपासून दूर राहण्याचा सल्ला देत असत. स्वतःही या सर्वांपासून दूर राहत असत.

हे सत्य आहे की आझाद एका गरीब कुटुंबात जन्माला आले होते आणि त्यांनी कोणतेही योग्य असे शिक्षण घेतले नव्हते, पण त्यांच्यामध्ये नेतृत्त्व करण्याचे एक जन्मजात वैशिष्ट्ये होते. त्यांच्यातील याच गुणामुळे पक्षामध्ये त्यांच्या विरोधात कधीही आवाज उठवला गेला नाही. तसेच पक्षाचे आदर्श म्हणून ते सदैव काम करीत राहिले. त्यांच्या कुशल नेतृत्त्वाचे कौतुक आणि त्याच्या रहस्यावर प्रकाश टाकीत या पक्षाचे सदस्य राहिलेले श्री भगवानदास लिहितात,

"आझाद यांचे सोबती म्हणजे त्यांच्या नेतृत्त्वाखाली काम करणारे यांच्यापैकी कदाचित एखाद्याचेच शिक्षण त्यांच्यापेक्षा कमी झालेले असेल. कदाचित एखाद दुसरा कोणीच त्यांच्यापेक्षा जास्त गरिबीत जन्माला आला असेल. त्यांच्यासोबत त्यांचे वडील, भाऊ किंवा इतर कोणत्याही नातेवाईकाची देशभक्ती, त्याग आणि तपश्चर्या किंवा दुसऱ्या कोणत्याही मोठेपणाची सावली नव्हती. अमर शहीद भगतसिंग वगैरे आपल्या सोबत्यांमध्ये त्यांच्यावर नेत्याचे पद त्यांचे पुस्तकीय ज्ञान पाहून थोपत नव्हते, तर्कशक्तीच्या आधारे नाही तर व्यवहार्य शहाणपणा, अदम्य साहस आणि सर्वोपरी आपल्या सोबत्यांच्या सुख सुविधांची काळजी हे सर्व लक्षात घेऊनच कठीण प्रसंगी त्यांच्यावर नेतृत्त्वाची धुरा सोपविण्यात आली होती. आपले सोबती आणि संपर्कात येणाऱ्या लोकांच्या जीवनात फक्त एक राजकीय मूल्याच्या स्वरूपातच

नाही तर, एक वैयक्तिक भाव मूल्यांच्या स्वरूपात घर करण्याच्या आपल्या विशेष गुणामुळेच आझाद यांना सफलता मिळाली होती. त्यांच्या अकृत्रिम वैयक्तिक प्रेमळ वागण्यामुळे ते आपल्या सोबत्यांचे लाडके नेते झाले होते. त्यांच्या मनामध्ये आपल्यासाठी विश्वास निर्माण केला होता. ते त्यांच्या एका इशाऱ्यावर प्राण द्यायला तयार होते. पक्षामध्ये आझाद यांचे नेतृत्त्व स्वीकारण्यामध्ये कधीही कोणतेही संकट किंवा भांडण निर्माण झाले नाही. ही गोष्ट आझाद यांच्या कौतुकाची तर आहेच, पण त्याच बरोबर त्यांच्या सोबत्यांचा खरेपणा, निष्ठा, निपक्षपातीपणा सिद्ध करणारीही आहे. जे विद्या, बुद्धी, त्याग आणि बलिदान करण्याच्या आपल्या तत्परतेमध्ये कोणत्याही पातळीवर मागे राहिलेले नव्हते. "

वास्तविक पाहता आझाद यांच्या कुशल नेतृत्त्वाचाच हा परिणाम होता की, पक्षातील इतर सर्व सदस्य त्यांच्यापेक्षा जास्त शिक्षित आणि जास्त चांगल्या घरातून आलेले होते तरीही पक्षाच्या एकतेच्या सूत्रामध्ये बांधलेले होते.

वनामध्ये सिंहाचा कोणताही संस्कार किंवा राज्याभिषेक केला जात नाही. तरीही तो स्वतः आपल्या विक्रमामुळे जंगलाचा राजा होतो आणि त्याला मृगेंद्र म्हटले जाते. अशाच प्रकारे घर- परिवार किंवा कोणत्याही प्रकारची पार्श्वभूमी नव्हती तरीही आझाद आपल्या योग्यतेच्या बळावर क्रांतिकाराकांच्या पक्षाचे नेते झाले होते आणि क्रांतिकारी आंदोलनाच्या इतिहासामध्ये त्यांनी एका सर्वस्वी नवीन अध्यायाची रचना केली.

अदम्य साहसी

वीर श्रेष्ठ चंद्रशेखर आझाद यांचे अदम्य साहस हे त्यांच्या व्यक्तिमत्त्वातील एक महत्वाचे वैशिष्ट्ये होते. लहानपणापासून वीरगती मिळपर्यंतच्या संपूर्ण काळात त्यांच्या जीवनात सर्व ठिकाणी या गुणाचे दर्शन होते. कोणतीही संधी अशी दिसत नाही की, त्यांच्यामध्ये जराशी तरी भीती दिसून येते. त्यांच्या या गुणाची लक्षणे त्यांच्या लहानपणापासूनच दिसून येतात. लहानपणी दिवाळीच्या वेळी प्रकाशमान होणाऱ्या काडीपेटीतील सर्व काड्या एकाच वेळी जाळण्याचा प्रयत्न केल्यावर हात जळाल्यानंतर त्यांनी त्याची जराही पर्वा केली नाही. हा त्यांच्या आदम्य साहसी जीवनाचा पूर्व संकेतच होता.

त्यानंतर अवघ्या चौदा पंधरा वर्षाच्या वयात परदेशी सामान विकणाऱ्या दुकानासमोर धरणे देणाऱ्या सत्याग्रहींवर पोलिसांकडून केला जाणारा अत्याचार सहन न होऊन त्यांचे रक्त उसळले. ते स्वतःवर नियंत्रण ठेवू शकले नाही आणि त्यांनी जवळच पडलेला एक दगड पोलिस कॉन्स्टेबलच्या डोक्यावर फेकून मारला. इतक्या लहान वयात अशा प्रकारचे धाडसी कार्य करणे, तेही परदेशी सत्तेच्या काळात हे अतिशय मोठ्या धाडसाचे काम होते.

या गुन्ह्याबद्दल पकडले गेल्यावर न्यायालयामध्ये मॅजिस्ट्रेटला त्यांनी ज्या साहसाने आपले नाव आझाद असल्याचे, वडिलांचे नाव स्वातंत्र्य असल्याचे आणि आपले घर तुरुंग असल्याचे सांगितले, ते नक्कीच कौतुकास्पद आहे. याच्या बरोबरीने एका किशोर वयीन मुलाने दिलेल्या अशा प्रकारच्या सारगर्भित उत्तराची सामान्यपणे कोण अपेक्षा करणार होते? मॅजिस्ट्रेटच्या वतीने पंधार बेत मारण्याची शिक्षा ठोठावल्यानंतर कुठेही त्यांनी भीती वाटत असल्याचे दाखविले नाही. तसेच शिक्षा मिळाल्यानंतर मिळणारे पैसे जेलरच्या तोंडावर त्यांनी फेकून मारले होते.

त्यांच्या सर्व क्रांतिकारी जीवनामध्ये पोलिस सदैव त्यांच्या मागावर होते, पण त्यांनी नेहमीच धाडस दाखविले. त्यांच्या जीवनातील विविध घटनांचे वर्णन मागील प्रकरणांमध्ये केले आहे. आपल्याला असे दिसते की एकदा जेव्हा ते आपल्या आईला भेटण्यासाठी गेले होते तेव्हा पोलिस आपल्या मागे पडल्याची त्यांना माहिती मिळाली. त्यावर ते पोलिसांशी थेट सामना करायला सज्ज झाले होते, पण भगतसिंग यांनी त्यांना अडविले होते. दुसऱ्या वेळीही जेव्हा ते आईला भेटण्यासाठी गेले होते तेव्हा ते झोपले होते आणि तिथे पोलिस आले. यावेळी त्यांनी पोलिसांचा सामना गोळयांनी केला. गोळया संपल्यावर ते आपल्या मित्रासह छतावर गेले आणि छतावर पडलेल्या विटांच्या सहाय्याने ते पोलिसांच्या गोळयांचा सामना करू लागले. त्यांचा सोबती मारला गेला, पण ते एका छतावरून दुसऱ्या छतावर उड्या मारीत पोलिसांच्या चक्रव्युहातून बाहेर पडले.

काकोरी कांडानंतर त्यांच्या विरूद्ध पुरावे गोळा करण्यासाठी एका विशेष पोलिस अधिकाऱ्याची नियुक्ती करण्यात आली होती. तो सदैव त्यांचा पीछा करीत असे. आझाद त्याच्यामुळे तंग झाले होते. तेव्हा एके दिवशी कोणत्याही गोष्टीची पर्वा न करता थेट त्याच्या जवळ जाऊन उभे राहिले आणि त्याच्या छातीवर रिव्हॉलव्हर रोखले. त्यांचे हे धाडस पाहून त्या पोलिस अधिकाऱ्याची बोबडी वळली. त्याने पुन्हा

त्यांचा पीछा न करण्याची शपथ घेतली तेव्हा आझाद यांनी त्याला सोडून दिले.

अनेक वेळा ते वेष बदलून पोलिस आणि गुप्तचरांच्या जाळयातून बाहेर पडले. भगतसिंगांना अटक केल्यावर त्यांना तुरूंगातून सोडविण्याची योजना त्यांनी आखली होती. जी दुर्दैवाने सफल होऊ शकली नाही. तसेच १९२९ मध्ये व्हाईसरायच्या गाडीला बॉम्बने उडविण्याचा प्रयत्न केला होता. तोही सफल होऊ शकला नाही.

अशा प्रकारे आझाद यांचे संपूर्ण जीवन धाडसी कार्याने भरलेले होते. शेवटी त्याच धाडसाने पोलिसांचा सामना करीत त्यांनी हौतात्म्य पत्करले. त्यांच्यामध्ये साहसाची भावना ठासून भरलेली होती. वास्तविक पाहता ते जन्मजात आझाद होते. मृत्यूची भीती तर त्यांना स्पर्शही करू शकली नाही. ते सदैव मृत्यूचा सामना करण्यासाठई तत्पर असत. त्यांचे असे म्हणणे होते की आपण शत्रूच्या गोळयाचा सामना करण्यासाठी सदैव तत्पर आहोत. ते आझाद होते आणि आझादी मिळणार नसेल तर पर्याय म्हणूनं मृत्यू स्वीकारायला ते तयार होते. त्यांच्या या अदम्य साहसाकडे संकेत करीत मन्मथनाथ गुप्त लिहितात,

"जे गेल्या दहा वर्षांपासून साम्राज्यवाद अथक युद्ध, विचित्र विचित्र परिस्थितीतही , असे म्हणायला हवे की अतिशय प्रतिकूल परिस्थितही करीत येत होते. गेल्या आठ वर्षांपासून त्यांनी क्रांतीचा मार्ग स्वीकारला होता. आणि अतिशय मनापासून स्वीकारला होता. कोणत्याही संकटासमोर हा रणयौद्धा मागे सरला नव्हता. ते तर त्याच्या स्वभावाच्या विरूद्ध होते. त्याने कधीही आपले मन मारले नव्हते. संकटे त्यांच्यासाठी हंसासाठी पाणी असावे तशी होती. गेली साडे सहा वर्षे म्हणजे २६ सप्टेंबर १९२५ पासून ते फरार होते. गेल्या १७ सप्टेंबर १९२८ ला म्हणजे सॅण्डर्स हत्त्याकांडाच्या दिवशी फाशीचा फंदा त्यांच्यासाठीही तयार होता, पण काय माहीत किती फाशा आणि काळ्या पाण्याच्या किती शिक्षांचे ते हकदार होते."

आदर्श मित्र

पक्षाचे नेते म्हणून शिस्त कायम ठेवण्यासाठी त्यांना गटातील सदस्यांसोबत कठोरपणे वागावे लागत होते, पण त्यामागे त्यांचा उद्देशही त्यांना आपल्या ध्येयापासून न भटकू देण्याचा होता. वास्तविक पाहता आपल्या मित्राचे वाईटापासून रक्षण

करणाराच खरा मित्र असतो. या कठोरतेमागेही आपल्या सहकाऱ्याबद्दल त्यांना वाटणारी प्रेमळ काळजीच होती. नाही तर आपल्या सोबत्यांच्या सुख सुविधांसाठी ते नेहमी जागरूक राहत असत. त्यामुळे पक्षाचे सदस्य त्यांना आपला नेताच नाही तर पालक म्हणून पाहत असत. या विषयी भगवानदास लिहितात,

"अमर शहीद भगतसिंग इत्यादीमध्ये त्यांनी नेत्याचे पद पुस्तकी ज्ञानाच्या तर्कशक्तीवर आधारीत नाही तर व्यवहार्य चतुराई, अदम्य साहस आणि सर्वोपरी आपल्या सोबत्यांच्या सुख सुविधांबद्दल हार्दिक प्रेमळ काळजी आणि कठीण समयी कुशल नेतृत्त्व प्रदान करून मिळविले होते."

असेम्बली बॉम्ब कांडाची योजना तयार झाली होती. भगतसिंग आणि बटुकेश्वर दत्त यांच्यावर बॉम्ब टाकण्याची जबाबदारी सोपविण्यात आली होती. आझाद यांना काही तरी कामासाठी झाशीला जायचे होते. ते रेल्वेस्टेशनच्या दिशेने निघाले होते. सोबत पक्षातील दुसरे एक नेते शिव वर्मा त्यांना स्टेशनवर सोडायला निघाले होते. तेव्हा ते शिव वर्मांना म्हणाले होते,

"प्रभात, आता थोड्याच दिवसात हे दोघे (भगतसिंग आणि दत्त) देशाची संपत्ती होतील. तेव्हा आपल्याकडे फक्त त्यांच्या आठवणी राहतील. तोपर्यंत पाहुणे समजून त्यांची सरबराई करावी आणि त्यांच्या सुख सुविधांची काळजी घ्यावी."

या मर्मस्पर्शी शब्दातून आझाद यांचे एक नवीन रूप, एक भावनाप्रधान मित्राचे रूप आपल्या समोर येते. वास्तविक पाहता दुनियादारी पार करण्यासाठी महान आत्मे बाहेरून वज्रासारखे कठोर भासत असले तरीही त्यांचे हृदय मात्र फुलांसारखे कोमल असते. हीच उक्ती आपला चरित्र नायक चंद्रशेखर आझाद यांच्या बाबतीतही खरी ठरते.

त्यांच्या मित्र प्रेमाच्या अशाच एका घटनेचा उल्लेख श्री वीरेंद्र यांनी केलाआहे. ही घटना असेम्बली बॉम्ब स्फोटानंतर एक-दोन दिवसानंतरची आहे. त्यानंतर वृत्तपत्रात भगतसिंग यांचे छायाचित्र प्रकाशित झाले होते. ते पाहून आझादांचे मित्र प्रेम डोळ्यातून झरत होते. श्री वीरेंद्र यांच्याच शब्दात,

"भगतसिंग यांच्यासाठी आझाद यांच्या मनात किती प्रेम होते, याचे अनुमान आणखी एका घटनेवरून लावले जाऊ शकते. ज्या दिवशी भगतसिंग यांनी असेम्बलीमध्ये

बॉम्बस्फोट केला होता, त्या दिवशी आझाद आग्र्यामध्ये होते. जेव्हा त्यांनी वृत्तपत्रामध्ये भगतसिंग यांचे छायाचित्र पाहिले तेव्हा ते समोर ठेवून बराच वेळ ते त्याकडे पाहत राहिले. मग त्यांच्या डोळ्यातून आसवांच्या धारा वाहू लागल्या. ही पहिलीच वेळ होती ज़ेव्हा कोणी तरी त्यांच्या डोळ्यात आसवे पाहिली होती. भगतसिंग यांनी खूप मोठे बलिदान केले असल्याचे आझाद यांना जाणीव होती. आता ते परत येणार नाहीत आणि यापुढे त्यांच्याशी आपली भेट होऊ शकणार नाही, हे आझाद यांना माहीत होते. या विचाराने त्यांना खूप परेशान केले होते. ज्या व्यक्तीच्या बाबतीत असे समजले जात होते की ज्याचे मन दगडाचे आहे, शेवटी वितळला होता. पण हा काही दुबळेपणा नव्हता. आपल्या एका लाडक्या सोबत्याबद्दल वाटणारे प्रेम होते.ठ

२७ फेब्रुवारी १९३१ रोजी शौर्याने पोलिसांशी लढत वीरगती मिळवितानाही त्यांनी आपल्या मित्र प्रेमाचे आणि मित्र धर्माचा अनोखा परिचय करून दिला होता. परिस्थितीचे गांभीर्य ओळखून त्यांनी आपला मित्र सुखदेवराज याने नकार दिल्यावरही त्याला जबरदस्तीने तिथून पळवून लाऊन त्याच्या प्राणांचे रक्षण केले होते आणि स्वतः शहीद झाले. या बाबतीत स्वतः श्री सुखदेवराज यांनी लिहिले आहे,

"यावर गोरा अधिकारी आणि त्याचा सोबती झाडाच्या मागे जाऊन दडले. आझादही एका वृक्षाच्या मागे लपले. दोन्ही बाजूने गोळीबार सुरू होता. इतक्यात आझाद यांनी मला आदेश दिला की मी तिथून निघून जावे. ते स्वतः लढता लढता शहीद झाले, पण त्यांनी आपल्या एक मित्राचे प्राण वाचविले."

स्वतः त्याग करून आपल्या मित्राच्या प्राणाचे रक्षण करण्याचे हे उदाहरण नक्कीच एक आदर्श आहे. ज्याची सामान्य व्यक्तीकडून अपेक्षा ठेवणे म्हणजे फक्त कल्पनाच असू शकते.

पंडित रामप्रसाद बिस्मिल आणि भगतसिंग यांना तुरुंगातून सोडविण्याचा प्रयत्न करणे हे सुद्धा त्यांच्या मित्र प्रेमाचेच प्रतिक आहे. अशा प्रकारे चंद्रशेखर आझाद एका बाजूला एक अद्वितीय क्रांतिकारक, अदम्य साहसी, श्रेष्ठ नेतृत्त्व शक्तीने युक्त, चारित्र्यवानाचे प्रतिक आणि प्रगतीशील विचारांचे राजकीय विचारवंत होते, तसेच

दुसऱ्या बाजूला एक आदर्श मित्र म्हणूनही ते आपल्या समोर येतात.

देश प्रेमाचा पर्याय

चंद्रशेखर आझाद यांचे संपूर्ण जीवन चरित्र देशप्रेमाच्या भावनेने ओतप्रोत आहे. या भावनेचे बीजारोपण त्यांच्या मनामध्ये तेव्हाच झाले होते जेव्हा ते संस्कृतचा अभ्यास करण्यासाठी भामऱ्याहून बनारसला गेले होते. हा काळ भारतीय राजकारणात उलथा पालथ घडविणारा काळ होता. सायमन कमिशनवरील बहिष्कार, जालियानवाला बाग हत्याकांड इ. घटना याच काळामध्ये घडल्या होत्या. याच घटनामुळे आझाद यांच्या मनात असलेली देशप्रेमाची भावना अंकुरित करण्याचे काम केले. त्यांच्यातील या देशप्रेमाच्या भावनेची पहिली ओळख त्यावेळी होते, जेव्हा १९२१ मध्ये सत्याग्रही परदेशी वस्तुच्या दुकानासमोर धरणे देत होते आणि पोलिसवाले त्यांच्यावर लाठी हल्ला करीत होते. हा अत्याचार आझाद यांना सहन झाला नाही आणि त्यांनी पोलिसांच्या डोक्यावर दगड फेकून मारला.

त्यानंतर आझाद पूर्णपणे देशप्रेमाच्या रंगात रंगले. देशाची सेवा करण्यासाठी त्यांनी आपले घर, शिक्षण, सर्व काही सोडून दिले. देश प्रेमाच्या या नशेने त्यांची ओळख क्रांतिकारकांशी करून दिली आणि १९२१मे असहकार आंदोलन संपल्यावव ते क्रांतिकारी संघटना 'हिंदुस्थान रिपब्लिकन असोशिएशन' चे सदस्य झाले. इथूनच त्यांच्या मनामध्ये अंकुरलेली देश प्रेमाची भावना इवल्याशा रोपात पल्लवीत होऊन विशाल वृक्ष होण्याच्या दिशेने निघाली.

आता त्यांच्यासमोर एकच ध्येय होते, देशाला परकीयांच्या बंधनातून मुक्त करणे. त्यांनी जे काही कार्य केले, मग तो दरोडा असो, फसवणूक असो, हिंसा असो की क्रांतिकारी गटाचे संघटन असो, सर्व काही आपले हेच ध्येय डोळ्यासमोर ठेवून केले. हे ध्येय मिळविण्यासाठी त्यांनी जीवनातील सर्व प्रकारच्या सुखांना तिलांजली दिली आणि दुःखाला मिठी मारली. आपले हे ध्येय प्राप्त करण्याच्या मार्गामध्ये ते जगातील सर्व सुखांना अडचण समजत असत. त्यामुळे ते आपल्या इतर सोबत्यांनाही यापासून दूर राहण्याचा सल्ला देत असत. त्यांचे स्पष्ट म्हणणे होते,

"देशावर प्रेम करायचे असेल तर त्यासाठी सर्वस्वाचे बलिदान करावे लागेल. यामध्ये दुसऱ्या कोणावरही प्रेम करण्यासाठी जरा सुद्धा जागा शिल्लक नाही."

“देशप्रेमासाठी सर्वस्वाचे बलिदान करण्याची ही उदघोषणा त्यांच्या जीवनातील सिद्धांतिक बाजू मात्र नव्हता, तर ती त्यांच्या जीवनातील क्रियात्मक बाब होती. उदाहरण म्हणून त्यांच्या जीवनातील एक घटना घेतली जाऊ शकते. श्री गणेशशंकर विद्यार्थींनी त्यांना दोनशे रुपये दिले होते. म्हणजे ते हे रुपये आपल्या आई वडिलांना पाठवू शकतील कारण त्यांची स्थिती इतकी दयनीय झाली होती की ते उपाशी मरत होते. आझाद यांनी मात्र ते पैसे पक्षातील सदस्यांसाठी खर्च केले. ‘तू ते पैसे घरच्या सदस्यांना पाठविले होते का?’ असे नंतरच्या भेटीत विद्यार्थी यांनी विचारल्यावर आझाद यांनी उत्तर दिले होते,

“माझ्या आई-वडीलांना तसेही काही ना काही नक्कीच खाण्यासाठी मिळेल, पण माझ्या पक्षामध्ये असे काही युवक आहेत, ज्यांना अनेक वेळा अक्षरशः उपाशी रहावे लागते. माझे आई वडिल म्हातारे आहेत. ते मेले तरीही देशाचे फार काही नुकसान होणार नाही. पण माझ्या पार्टीतील तरूण भुकेने तडफडून उपाशी मेले तर ती आपल्यासाठी अतिशय लाजीरवाणी बाब होईल. तसेच यामुळे देशाचे खूप मोठे नुकसान होईल.”

आपल्या देशासाठी अशा प्रकारे अलौकिक आणि अद्वितीय बलिदान करण्याची भावना, यापेक्षा मोठी देशप्रेमाची साक्ष देणारी कोणती गोष्ट असू शकेल? आपल्या या शब्दांना त्यांनी अखेरपर्यंत आपले सर्वस्व, आपल्या प्राणांचे बलिदान करून सिद्ध केले. वास्तविक पाहता चंद्रशेखर आझाग म्हणजेच देशप्रेमाला पर्याय झाले होते.

■■■

मराठी डायमंड बुक्स

डायमंड बुक्स   X-30, ओखला इंडस्ट्रियल एरिया, फेज- II, नवी दिल्ली- 110 020
फोन- 011- 40712100, www.diamondbook.in, sales@dpb.in

मराठी डायमंड बुक्स

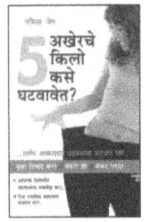    

डायमंड बुक्स

समृद्ध

X-30, ओखला इंडस्ट्रियल एरिया, फेज- II, नवी दिल्ली- 110 020
फोन : 011- 40712100, www.diamondbook.in, sales@dpb.in

मराठी डायमंड बुक्स

डायमंड बुक्स X-30, ओखला इंडस्ट्रियल एरिया, फेज- II, नवी दिल्ली- 110 020
फोन : 011- 40712100, www.diamondbook.in, sales@dpb.in

मराठी डायमंड बुक्स

 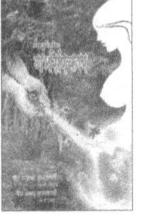   

डायमंड बुक्स

X-30, ओखला इंडस्ट्रियल एरिया, फेज- II, नवी दिल्ली- 110 020
फोन : 011- 40712100, www.diamondbook.in, sales@dpb.in

www.ingramcontent.com/pod-product-compliance
Lightning Source LLC
LaVergne TN
LVHW092358220825
819400LV00031B/428